HADITHI ZA KIKWETU

Safari ya Usiku

Hadithi za Kikwetu

1. Yaliyompata Winko Ripuvani — Pamela M. Y Ngugi
2. Ujeuri wa Mbwa — Pamela M. Y Ngugi
3. Kaburi Bila Msalaba — P. M Kareithi
4. Majuto ni Mjukuu — P. M Kareithi
5. Bonde la Wafu — Akberali Manji
6. 'Kaponea Chupuchupu — Akberali Manji
7. Tajiri Mjanja — Leo Odera Omolo
8. Mfalme na Majitu — Leo Odera Omolo
9. Kijana Aliyeuza Hekima — Sun Bao Hua
10. Hadithi Teule — Sun Bao Hua
11. Chura Mcheza Ngoma — Rebecca Nandwa
12. Mfalme Chui Mkatili — Rebecca Nandwa
13. Mwepesi wa Kusahau — Bitugi Matundura
14. Mkasa wa Shujaa Liyongo — Bitugi Matundura
15. Ngiri Mganga — Emmanuel Kariuki
16. Safari ya Kombamwiko — Emmanuel Kariuki
17. Karamu Mbinguni — Njiru Kimunyi
18. Nyumba ya Sungura — Njiru Kimunyi
19. Mgomba Changaraweni — Ken Walibora
20. Mtu wa Mvua — Ken Walibora
21. Hanna na Wanyama — Nyambura Mpesha
22. Mende Mdogo — Nyambura Mpesha
23. Kitoweo cha Samaki — Nyambura Mpesha
24. Kachuma na Polisi Wezi — Patrick Ngugi
25. Kishu Kazi — Jay Kitsao
26. Sokwe Shaka — Sam Mbure
27. Mama wa Kambo — Catherine N. M Kisovi
28. Kinga ya Rushwa — Fortunatus Kawegere
29. Zawadi ya Rangi — Ruth Wairimu Karani

Safari ya Usiku

Hezron Mogambi
Michoro: Robert Kambo

 PHOENIX PUBLISHERS, NAIROBI

Kimetolewa mara ya kwanza mnamo 2007 na
Phoenix Publishers Ltd.
Mellow Heights
Ngara Road
S.L.P. 30474 - 00100
Nairobi, Kenya.

© Maandishi: Hezron Mogambi, 2007
© Michoro: Phoenix Publishers Ltd., 2007

ISBN 9966 47 151 0

Kimenakiliwa tena: 2008, 2010, 2011, 2013, 2015, 2016, 2019

Kimepigwa chapa na
Modern Lithographic (K) Limited
S.L.P 52810 - 00200,
Nairobi,
Kenya.

Kwa nyanyangu Mandere; sijui mtu anaweza kufanya nini maishani kufidia wema na ushauri wa mzazi... hauna mfano.

1

Asili ya Kemunto

Vibanda vilikuwa vimepangika kama nywele kichwani. Kwa mbali, hakukuwepo tofauti kati ya kimoja na kingine. Ulionekana mfululizo tu usio ukomo. Jinsi vilivyojengwa tena kwa haraka ilieleza sifa zake na kuwatambulisha wenyeji. Barabara zilizosakifiwa zilikuwa kama hadithi zinazosomwa vitabuni.

Hata hivyo, kitongoji hiki kilikuwa na sifa moja kuu iliyokitambulisha kwa mapana na marefu. Umaskini unaomlaza mtu kofi pindi akaribiapo ni sifa iliyokitambulisha karibu na mbali. Hamkuwa na hospitali wala zahanati. Watu kijijini walihofu kuwa wagonjwa. Kila mara kichwa kilipotisha kumuuma mtu, ama mafua kumzidia, watu walianza kufikiria kuhusu jongomeo.

Shule ya msingi ya Jilalie ilikuwa katikati mwa kitongoji hiki. Ilijengwa kwa tope na fito na paa zake zilikuwa za mabati makuukuu. Mvua inaponyesha, wanafunzi na walimu wao walikusanyika pembeni mwa madarasa kuepuka kunyeshewa.

Hayo yalikuwa maisha ya Jilalie ya mchana. Usiku ulipoingia, mambo yaligeuka kiajabu. Shamrashamra na mshikemshike zilianza. Kwanza, idadi ya wakazi iliongezeka maradufu. Pili, shughuli za kila aina zilianza kitongojini. Wakati mwingine, Jilalie iligeuka soko hasa. Wahalifu walipangia njama zao mle huku wengine wakiendesha biashara zilizo na sifa za kufanywa usiku tu.

Kila mwamba ngoma huvutia kwake. Wakazi wa eneo hili hawakuyaona mambo hivi. Walikuwa na hadithi zao. Kila siku waliamka kwenda zao kufanya kazi za vibarua kwa majirani wao mabwanyenye. Iliwabidi kuruka vinyesi na milima ya taka kabla ya kufika kazini mwao kule Bwanyenye.

Kila siku waliamka kwenda zao kufanya kazi ya vibarua kwa majirani wao mabwanyenye...

Haiamkiniki ni vipi wakaazi wa kijiji cha Bwanyenye na Jilalie walivyoafikiana kuishi sako kwa bako kwa amani. Ni kweli wao walilipwa ujira duni kila siku. Ulitosha kununulia kibaba cha unga na sukumawiki ili kudanganya matumbo yao kuhusu kuendelea kwao kuwa hai. Hali hii ilijirudia kila uchao. Wazee walipozeeka, watoto wao walichukua nafasi zao kabla ya kuwapa kwaheri ya kuonana.

Ajabu ni kwamba mbunge wa eneo hilo alikuwa mkazi wa Bwanyenye. Alipendwa sana na wakazi wa Jilalie. Kwa nini hawakumpigia mmoja wao kura kuwatetea bado ni kitendawili ambacho hata wazee wa Jilalie hawajaweza kukitegua.

Nguo kwa watoto katika kitongoji hiki zilikuwa ndoto. Wazazi wao walisema kuwa watoto walihitaji kushiba, basi! Elimu nayo hawakuionea fahari. Walizoea kusema kuwa ni njia ya kupoteza ngwenje kwa matumaini ambayo hayatawahi kamwe kufikiwa. Waliwahesabu na kukatizwa tamaa na vijana waliosoma hadi vyuo vikuu ila wakaishia kurandaranda mitaani ovyo na kugeuka wahalifu sugu.

Ni katika mazingira kama haya ambako Kemunto Osiemo alizaliwa. Wazazi wake walikuwa ni watu wa hali duni. Mama yake alikuwa hodari sana shuleni lakini alijaaliwa kufika darasa la sita tu. Babu yake Kemunto alikuwa amewaoa wanawake wawili, na watoto walikuwa kumi. Mamake Kemunto alipoonyesha dalili za kubaleghe aliozwa mara moja. Masomo yake yakafikia hatima ya ghafla, akafuata ushauri wa wazazi wake kama mtoto mtiifu. Alipong'amua, Kemunto alikuwa keshawasili ulimwenguni.

Ndivyo Osiemo Chakudua alivyomwoa Nyaboke. Wakati huo, alikuwa bawabu wa tajiri mmoja mtaani Bwanyenye. Kwa sababu ya kazi yake, aliweza kupata masalia ya kila aina - nguo, pesa, chakula na vitu vya aina yote. Kijijini alionekana kuwa jamaa aliyekuwa na uwezo na kazi ya mapato ya juu. Alitumia sifa hii kuwahadaa wengi. Alisahau mara moja kama ilivyo kawaida ya wanadamu kuwa nguo ya kuazima haisitiri maungo.

Baada ya kumwoa Nyaboke, walihamia mtaani Jilalie. Nyaboke alishangaa kuona kuwa Osiemo alikuwa akiishi katika nyumba ndogo ambayo haikufaa hata kuitwa nyumba. Ilikuwa na kitanda kimoja, jiko moja la makaa na vitu vingine vilivyohesabika. Kama nyumba nyingine mtaani humo, ilikandikwa kwa udongo. Siku za mwanzo, ilimwia vigumu binti wa mtu kufika nyumbani alipoondoka kulegeza maungo kwa namna nyumba hizo zilivyofanana.

Kemunto alipoanza kupumua, maisha yalianza kuwawia magumu Bwana na Bi. Osiemo. Ilimbidi Osiemo kufanya kazi mchana baada ya kumaliza ile ya bawabu usiku. Mambo yalimchachia, lakini Mungu hamwachi mjawe. Osiemo alifahamu fika kuwa kuomba msaada si dhambi kwani msaada ni kikoa na atoaye hupata thawabu.

Baada ya miaka kadhaa ya usumbufu mwingi, alimwendea mwajiri wake.

"Naomba unisaidie. Nimezongwa na mzigo mzito," alimwambia akikiinamisha kichwa chake huku akiwa ameshika zana zake za kazi usiku mmoja.

"Mzigo upi?" mwajiri alimuuliza kwa sauti nzito.

"Mahitaji ya mtoto kwenda shule. Nimeshindwa kujimudu," alisema Osiemo kwa sauti nyenyekevu, na kunyamaza ji.

Mwajiri alimwangalia kwa muda kama mwenye kuwaza kuhusu ombi hilo. Aliufunika mdomo wake kwa kiganja kwa dakika moja. Kawaida alikuwa bwana mnyamavu; hakupenda kusema na watu sana. Siri zake hakuzimwaga kwenye kuku wengi. Kwa mfano, Osiemo hakuwahi kufahamu kuwa mtoto wa mwajiri wake alisomea shule ya bweni ya Pilipili. Hata jina lake alilisikia mara moja moja likitajwa. Hakuruhusiwa kuzungumza na yeyote.

"Sasa unataka nikusaidieje?" mwajiri aliuliza baada ya muda.

"Kumlipia mahitaji ya masomo," Osiemo alijibu, sauti yake ikijaa kitetemeshi.

"Sawa. Tutamsaidia," alisema mwajiri na kuingia jumbani mwake.

Maneno haya karibu yapasue kifua cha Osiemo kwa furaha. Usiku huo alifanya kazi kwa furaha mpwitompwito, akisahau kwa muda ujira wake duni.

Ahadi hii ilimsukuma Kemunto masomoni. Nguvu za kiuchumi za mwajiri wa babake zilimwezesha kuhudhuria shule ya bweni ya wasichana ya Furaha iliyokuwa inalipiwa karo ya juu. Ilikuwa na sifa nchini kote kwa matokeo mazuri katika mitihani ya kitaifa. Aidha, shule yenyewe ilijaa watoto wa mabwanyenye kutoka pande zote za nchi.

Alipokuwa darasa la sita, Kemunto alijulikana kuwa na vipawa adimu. Sauti yake nzuri iliyavutia masikio ya wanafunzi na walimu wake. Jina lake likaanza kunawiri.

Baadhi ya wanafunzi walimwonea kijicho, lakini Kemunto hakuwa na chuki na yeyote. Alijua kuwa kuwepo kwake duniani na kuwahi kuhudhuria shule hii ilikuwa ni miujiza ya Jalali. Kwa sababu hii, alipiga bismilahi kila siku.

Alipofika darasa la saba, Kemunto alikuwa amebobea katika utunzi na uimbaji wa mashairi. Kumbe ndio kwanza mkoko ulikuwa unaalika maua. Lakini, pale shuleni, kikundi fulani cha wanafunzi kilijitolea mhanga kuhakikisha kuwa nuru ya Kemunto ilifishwa.

"Huyu msichana kutoka Jilalie anataka kutuonyesha nini?" wengine walisema wakimuumbua na kumsuta. "Hana asili wala fasili. Nani atamkumbusha kuwa bahari haivukwi kwa kuogelea?"

Lakini Kemunto hakusita. Aliendeleza juhudi zake. Hata walimu walikuwa wameanza kujitanua kutokana na sifa zake.

Watu waovu wana njia zao. Siku moja kundi la wasichana lilipanga njama dhidi ya Kemunto. Walikata kauli kufanya hivi baada ya kuona kuwa alikuwa hasiti kuwashinda kwa kila kitu. Kikulacho ki nguoni mwako. Kundi hili liliongozwa na rafikiye Kemunto, Sibia.

"Lazima tumkomeshe. Tangu ajiunge na shule hii ametuhangaisha sana. Sifa zetu zimedidimia. Taa zetu zimezimika huku yake ikinawiri. Sasa yeye ndiye nyota," walilalamika kisiri wakipiga gumzo.

Kwa muda, walipanga njama "kumwadhibu" Kemunto lakini hawakufaulu.

Nywinywila hizi zilipomfikia Kemunto mwanzo mwanzo, alisononeka kwa siku ayami. Lakini aliyavuka haya baada ya kuzungumza na Bi. Mshauri pale shuleni. Wanafunzi kadhaa waliadhibiwa.

Siku moja, kikundi hicho cha wasichana kiliamua kulipiza kisasi. Walifikiria kuhusu njia ya kufanya hivyo lakini hawakuafikiana.

"Mwaonaje kumwagia maji kitanda chake!" Sibia alipendekeza.

"Ni hapo!" mmoja wa wasichana alikubali. "Sibia anafaa kufanya hili baada ya kila mtu kuondoka bwenini. Yeye hawezi kushukiwa kwa kuwa ni rafiki wa Kemunto, chanda na pete."

"Hilo nitafanya," Sibia aliwahakikishia wenzake. "Msiwe na shaka."

Siku iliyopangwa kuutekeleza unyama huo ilifika. Siku nzima, Kemunto alimpa Sibia nyama tamu ya ulimi bila kujua mpango wake. Jioni, Sibia alijifanya kubaki bwenini kunywa dawa. Alichukua maji yaliyokuwa kwenye ndoo kadhaa na kuyamwaga kwenye kitanda cha Kemunto hadi kikalowa chepe. Hakuna aliyemwona.

Usiku huo ilikuwa kioja. Kemunto alifika kulala na kukuta kitanda chake kimelowa maji.

"Uuuuiii! Uuuuiii! Nani amenifanyia unyama huu?" alilia huku akiruka kutoka kitandani.

Wanafunzi wengine walifika pale kujionea kioja hicho. Sibia alikuwa wa kwanza. Alimpa pole na kumtuliza.

"Ibilisi! Kwa nini mtu amfanyie Kemunto unyama kama huu? *Shame on you wherever you are!*" Sibia alisema akitembea mzofafa.

Kiranja wa bweni alifika na kutathmini hali. Aliamua kwenda kumweleza mwalimu wa bweni, Bi Mshauri.

Bi Mshauri alifika na kumuauni Kemunto. Alimtolea godoro jingine na blanketi ya kutumia usiku ule.

"Kwa sasa, kila mtu alale. Kesho tutafanya uchunguzi. Yeyote atakayepatikana na hatia atajua

"Uuuuiii! Uuuuiii! Nani amenifanyia unyama huu?"

kilichofanya maziwa ya kuku kuadimika!" aliapa akiondoka. Kwa maneno hayo, Sibia alimwangalia rafikiye Kemunto kwa huruma za bandia. Machozi ya unafiki yalimtoka njia mbilimbili.

Uchunguzi wa Bi. Mshauri na viranja haukufanikiwa. Hawakuweza kubaini ni nani aliyetenda kitendo hicho.

Lakini siri hii haikufichika kwa muda mrefu. Siku moja, wahubiri kutoka kanisa la nje ya shule walifika pale shuleni kwa *weekend challenge*. Walihubiri kwa siku mbili. Waliwataka wanafunzi kuacha maovu na kuyatenda mema.

"Tuyaache maovu ya shetani na kumgeukia Mola. Iwapo umelitenda lolote baya ni wakati wako wa kutubu na kumrudia Bwana," mhubiri alisema na kurudia maneno hayo mara kadhaa. Wanafunzi walianza kumiminika mbele ya kanisa. Sibia aliwaza kuhusu uovu wake kwa Kemunto. Sauti ya ndani ilimkumbusha kuhusu uovu huu kila sekunde. Moyo ulimdunda ndu! ndu! Mawazo yalimjaa akilini akiwaza na kuwazua. Mwishowe, alijikuta amejikokota na kufika mbele ya umati.

"Aya! Makubwa. Je, Sibia anakwenda kumwaga mtama kwenye kuku wengi?" mmoja wa washirika wa Sibia aliuliza kwa sauti ya chini huku akionyesha wasiwasi.

Ulifika wakati wa Sibia kutubu. Kwa sekunde kadhaa wasiwasi uliwavaa marafiki zake. Halafu sauti ya Sibia ikapasua kimya kilichokuwepo.

"Leo ninatubu yote. Ninatubu kwa kosa nililomfanyia mwandani wangu Kemunto," alisema huku umati uliokuwa ukimsikiliza ukiwa umeduwazwa. Kimya kilitanda kote.

"Kwisha! Ametoboa leo!" Mmoja wa washirika katika kile kisa cha kumwagia kitanda cha Kemunto maji alisema.

"Ni mimi niliyemwagia kitanda cha Kemunto maji. Shetani ndiye aliyenipanda. Alinivaa. Wivu ulinipanda kuhusu kufaulu kwake. Nilimwonea kijicho. Ninaomba msamaha kwa Kemunto na wanafunzi wote. Mungu nisamehe," Sibia alisema akiingiwa na jazba.

Shughuli ile iliendelea na wanafunzi wengi kutubu makosa yao ya wizi wa bidhaa za wengine na mengine.

Baada ya shughuli hiyo, Kemunto alimkumbatia Sibia nje ya kanisa huku machozi yakimtiririka. Sibia naye alitweta na kutweta.

"Nakuomba msamaha, Kemunto," alitamka baada ya kumkumbatia Kemunto kwa muda.

"Mungu amekusamehe maana umetubu. Mimi sina la ziada," Kemunto alimwambia wakielekea bwenini.

2

Sifa na Kunawiri

Siku ya mashindano ilikaribia kama pua na mdomo. Kemunto alijifunga kibwebwe mazoezini, ambayo aliyafanya kila saa kumi za jioni baada ya masomo. Kila jioni, makundi hasimu yalikusanyika kumsikiliza. Kuna kundi la wanafunzi wa madarasa ya juu waliotiwa tumbo joto na mazoezi yake.

"Msichana huyu atawatilia kitumbua chenu mchanga," mwanafunzi mmoja aliwaambia wenzake wakimsikiliza Kemunto.

Baadhi ya wanafunzi waliokuwa na sauti kama ya vyura walijitosa uwanjani. Wengine hawangeweza kumvutia hata nzi kuwasikiliza. Walivutiwa na chuki ya kunawiri kwa Kemunto.

"Huyo ameshinda hata wale wa madarasa ya juu. Amefanya mazoezi ya kutosha," baadhi ya wanafunzi walisikika wakinong'onezana.

"Acheni. Huyu msichana ana mbwembwe nyingi na hiyo sauti yake. Kwani yeye ni kinanda? Tumeshawaona wengi kama yeye. Bahari haishi zinge," mmoja wa wanafunzi alisema kwa kejeli.

Vuta nikuvute ilizuka baina ya makundi ya wanafunzi pinzani. Kuna waliomuunga mkono, lakini pia kulikuwa na waliomsimanga na kumsuta Kemunto.

Mashindano yalikuwa yafanyike siku ya Ijumaa. Ilipofika, mwalimu mkuu alitayarisha kila kitu kilichohitajika. Jumba maalumu lilikuwa limetayarishwa kwa sababu ya sherehe hizo.

"Hamjambo wanafunzi," Mwalimu Mkuu aliwasalimu waliokusanyika katika jumba la sherehe.

"Hatujambo mwalimu," wanafunzi walijibu.

"Mnajua kuwa sisi sote tumekuwa tukiingoja siku ya leo kwa hamu na ghamu. Tunataraji kuwa washiriki wote wamejitayarisha. Ningependa kumwachia nafasi hii Bi. Omange, mwalimu anayesimamia shughuli hii atuongoze," Mwalimu mkuu alisema na kuondoka jukwaani.

"Walimu na wanafunzi hamjambo?" Bi. Omange alitoa salamu kwa sauti ya kusailisaili. Alikuwa na sifa ya ukali. "Wanafunzi wa madarasa ya chini wataanza halafu wafuate wale wa madarasa mengine. Tunaweza kuanza sasa kulingana na ratiba iliyopo."

"La! La! La!" mwanafunzi mmoja alisikika akibubujikwa maneno kutoka sehemu ya nyuma ya jumba la sherehe.

"Kwani mnataka waanze kina nani?" Bi. Omange aliwauliza wanafunzi.

"Ninga atutumbuize kwanza halafu wengine wafuate!" sauti fulani zilisikika kutoka sehemu ya nyuma ya jumba bila kutambulika. Wanafunzi wengine walipiga makofi na kushangilia kwa vifijo na nderemo. Kila mmoja shuleni alijua Ninga ni nani. Kemunto, alikuwa ameketi katikati ya wanafunzi wengine karibu na walimu akiwa anatabasamu tu.

"Hapana," mwanafunzi mwingine alisema baada ya wanafunzi kunyamaza. "Hatumtaki huyo. Ana maringo sana. Tufuate utaratibu wa mwalimu," alisema huku akijificha asijulikane.

Mwalimu mkuu alisimama na kupiga ndaro.

"Siwezi kumruhusu yeyote kubwaga zani hapa. Nidhamu ni lazima idumishwe. Utaratibu wa mwalimu Omange ufuatwe," alisema na kuketi.

Madarasa ya chini yalianza. Hata hivyo, hayakuwasisimua wengi. Muda usio mrefu, baadhi ya wanafunzi walionekana wakisinzia ukumbini.

Kemunto aliombwa kufika mbele jukwaani kuwatumbuiza wanafunzi kabla ya kukariri shairi lake la mashindano.

Kelele zilizokuwa zikisikika ukumbini zilififia ghafla. Kwa hatua za hesabu, Kemunto alipanda jukwaani.

Kwa sekunde kadhaa kimya kilitanda kote. Kemunto alinyamaa, kabla ya kukohoa kujitayarisha kuanza kukariri shairi lake.

"Ninga atawamwagia vumbi," msichana mmoja alisema kwa sauti kutoka kwa umati.

"Madarasa mengine yataeleza kilichomtoa kanga manyoya," mwingine alisema.

"Porojo tupu. Hakuna aendako Kemunto. Hata vipofu wanaweza kuona ataambulia patupu," mwenzao aliwajibu.

Joto lililokuwa limemvamia Kemunto lilimvaa. Alihisi jasho jembamba likimtiririka. Mara, moyo ulichanuka. Uso wake ukajaa haiba. Alijua umati wa wanafunzi ulijawa na kiu wakitaka kumsikiliza. Hali changamano ilitua akilini mwake kabla ya kujinasua na kujikusuru.

Alipiga moyo konde na kuanza kulikariri shairi kuhusu lugha ya Kiswahili:

Ninaanza hapa leo, Kiswahili kukisifu,
Nawatakeni nyoteo, kukikuza kukisifu,
Kiswahili lugha leo, lazima tutakisifu,
Titi la mama li tamu, hata kama la mbwa

Lugha yangu ya utoto, hata leo nimekua,
Tangu ulimi mzito, sasa kusema najua,
Sawa na manukato, moyoni mwangu na pua,
Titi la mama li tamu, hata kama la mbwa

Kiswahili mama yangu, sitomsahau milele,
Lugha almasi yangu, sitoikana milele,
Utamaduni ni wangu, nitausifu milele,
Titi la mama li tamu, hata kama la mbwa

Kiswahili baba yangu, ananitunza milele,
Utamaduni ni wangu, leo mpaka milele,
Kukashifu kilo changu, hilo siwezi milele,
Titi la mama li tamu, hata kama la mbwa

Alipiga moyo konde na kuanza kulikariri shairi

Shairi lilidara wanafunzi na walimu likaenea kama moto uliokuwa ukiruka kwa ukali kwenye msitu wa misonobari. Lilichukua dakika tano kukariri. Lilipendeza hasa kwa jinsi Kemunto alivyobadilisha kiimbo na shadda akisisitiza kuhusu umuhimu wa Kiswahili. Alipomaliza kulikariri wanafunzi walimpigia makofi na kuonyesha ishara ya kuwa walitaka aendelee. "Endelea! Endelea! Endelea!" Walimtia ari. Hata mahasidi wake walijikuta wakimshangilia bila kujua.

Mashindano yaliendelea na kumalizika vyema. Mwishowe, Kemunto alichaguliwa kuiwakilisha shule katika mashindano ya kata.

"Ehe! Uliwazuzua watu!" rafiki yake Kemunto alimwambia baada ya mashindano.

"Kila mtu alifurahia. Ukifanya mazoezi zaidi utaibuka mshindi hadi hata kiwango cha kitaifa," mwingine alimwambia.

"Nashukuru," Kemunto aliwajibu. "Tutajikaza kisabuni kuhakikisha kuwa shule yetu imeshinda katika mashindano ya viwango vya juu."

"Mwamuzi alileta haramu mashindanoni ama ni jamaa ya Kemunto?" Baadhi ya wanafunzi walisikika wakiulizana mashindano yalipomalizika.

Kemunto hakujali waliolalamika. Aliendelea na mazoezi bila kusita. Alitaka kushinda tuzo la kitaifa.

Hata hivyo, hali yake masomoni ilimtia kiwewe. Alikumbwa na tatizo la kutopata muda wa kufanya kazi za ziada zilizotolewa na walimu. Hiyo ilimfanya aanze kukosana na baadhi ya walimu.

"Usipofanya kazi yako ya ziada inavyohitajika, mambo yatakwendea mrama," mwalimu wa Hisabati alimwambia. "Unapaswa kuhakikisha kuwa unazingatia masomo yako pia. Kunoa kipawa chako ni sawa lakini usiisahau azma yako kielimu."

Ushauri huo wa walimu ulimweka katika hali ya ati ati. Muhula uliotangulia alikuwa ameteremka kimasomo.

"Nitafanyaje kudhibiti masomo na kuendeleza kipawa cha kukariri mashairi na kuimba?" alijiuliza kila mara.

Mwalimu wao wa darasa pia alichukua hatua ya kumshauri Kemunto. Alimuuliza: "Mbona alama zako katika mitihani zinaendelea kushuka?"

"Sielewi hasa," Kemunto alimjibu kwa unyenyekevu.

"Unapaswa kuelewa," mwalimu alimweleza. "Mwenda mbio huagana na nyonga. Wewe ni msichana mwenye uwezo mkubwa masomoni. Chukua tahadhari na ujirekebishe."

"Nitajichunguza, mwalimu. Nitajirekebisha," Kemunto alisema akilengwalengwa na machozi.

"Yamkini hauchukui muda unaofaa kwa masomo kama ilivyokuwa zamani. Panga kazi zako zote vizuri na kuzigawia muda uliopo. Unaweza kufaulu. Umenielewa?" mwalimu alimuuliza baada ya kumtazama kwa muda.

"Ndio," Kemunto alijibu kwa kigugumizi.

"Sawa. Unaweza kuondoka. Ikiwa utakuwa na swali ama tatizo lolote unaweza kunitembelea ofisini," alieleza mwalimu na kumwacha Kemunto kwenda zake.

Ushauri huo ulimwathiri Kemunto. Kwa muda, alibaki katika hali ya ati ati. Alishikwa na kikweukweu, akasimama huku mawazo yakiingia na kumtoka akilini.

"Kemunto, mbona?" Sibia, rafikiye wa chanda na pete, alimshtua kutoka mawazoni.

"Si neno." Kemunto alijibu.

"Mbona ukabaki peke yako? Hujui kwamba mkataa kikoa ni mchawi?" aliuliza sahibu yake. Walikumbatiana.

"Sibia, mawimbi hayamngojei yeyote. Yajapo ni sharti tuyakabili. Haya humkabili kila insi maishani," Kemunto alimwambia rafikiye akionekana aliyepigwa dhoruba kubwa.

"Ni kweli. Kaida kama sheria, msaada ni kama kikoa na atoaye hupata thawabu. Ukiwa na lolote linalokusukuma tusaidiane kimawazo. Usijiumize peke yako," Sibia alimwambia Kemunto wakielekea darasani sako kwa bako.

Darasani, wanafunzi wengine walimkodolea macho ya "Kulikoni?" Lakini Kemunto alijizoazoa nafsi na kuvaa sura ya "hakuna lolote."

Mazungumzo ya kila mara na Sibia yalimfanya Kemunto kurejea katika hali yake ya kawaida. Ingawa ushauri wa mwalimu ulikuwa umemjaza maji ya woga tumboni, aliamua kupiga moyo konde na kukabiliana na hali iliyojiri.

Alisitisha mazoezi yake ya ukariri wa mashairi kwa siku mbili, jambo lililopelekea furaha kuwajaa mahasidi wake. Hata hivyo, furaha yao haikudumu.

Faili kadha wa kadha za karatasi zilimalizwa kwa kumsihi Kemunto kuendelea na mazoezi. Wengi wape. Alisalimu amri na kuanza mazoezi tena.

Siku ya mashindano ya kata iliwadia. Ukumbi wa mashindano ulifurika furifuri. Hilo halikumtia Kemunto wasiwasi wowote. Alijiamini.

"Nitahakikisha nimeutumia uwezo wangu wote," alimwambia Bi. Omange ilipofika zamu yake kujibwaga jukwaani.

Umati ulitulia tuli kama maji mtungini Kemunto aliposimama jukwaani. Kilifuatia kimya cha sekunde chache kabla ya waamuzi kumwashiria Kemunto kuanza kukariri shairi lake.

Sauti yake iliwavutia waliokuwa hata nje ya jumba hilo kama sumaku. Walijaa hata madirishani kumsikiliza kwani nafasi haikuwemo. Waamuzi walionekana kunaswa. Walipachika macho yao kwa Kemunto huku wakitikisa vichwa kufurahia uhondo wa sauti.

Mwishowe, wanafunzi saba kutoka shule ya Furaha walishinda na kufaulu kuwakilisha kata yao kwenye mashindano ya tarafa. Kemunto alishinda katika viwango vyote viwili alivyoshiriki.

Baada ya tamasha kumalizika, Kemunto aliitwa kuifunga siku kwa kuwatumbuiza waliofika kwa shairi lake juu ya Kiswahili. Shairi liliwachangamsha wanafunzi wengi ambao walitoka hapo ukumbini wakilikariri.

Jumatatu ilipofika, Kemunto alitunukiwa zawadi kwa kuiletea shule yao sifa mashindanoni.

"Nyote mnafaa kumwiga Kemunto. Huyu ni msichana mwenye bidii ya mchwa. Ameifanya shule yetu kurundikiwa sifa nyingi," Bi. Omange alisema mbele ya wanafunzi wote shuleni. "Endelea na moyo huo huo. Wewe ni mfano wa kuigwa na wanafunzi wengine."

"Wembe ni ule ule," Kemunto alisema huku akishangiliwa na wanafunzi wenzake kwenye paredi. "Nitahakikisha nimeshinda."

Ushindi huo ulifungua ukurasa mpya katika kitabu cha maisha ya Kemunto. Ulipalilia azma mpya moyoni mwake. Alitaka kunawiri masomoni pia.

Hata hivyo, juhudi zake za kujikaza kisabuni masomoni hazikuzaa matunda mara moja. Hata hivyo, hakufa moyo. Alijua kuwa kuinamako ndiko kuinukako.

Alifikiria kuhusu wazazi wake. Hakuwa tayari kuwapaka tope kwa kutofaulu masomoni. Hakuwa tayari kwenda kinyume na matarajio yao.

Mbwa hafi maji auonapo ufuo. Kemunto alijizoazoa na kwendelea na shughuli zake shuleni. Kwamba wengi walimheshimu ulikuwa msukumo tosha.

Katika mashindano ya wilaya na mkoa, Kemunto aliibuka mshindi. Alijinoa kwa mashindano ya kitaifa kwa kuitumia kila dakika aliyopata. Mazoezi yale yalikuwa kivutio kwa jumuiya ya wanafunzi. Wakati mwingine, aliota ndoto za mchana darasani. Aliota kuhusu ushindi wake katika mashindano ya kitaifa.

Siku moja alikuwa anasinzia na kujikuta akihema na kutokwa na jasho jekejeke. Mwalimu alifundisha hadi akamaliza. Aliwapa wanafunzi kazi ya kufanya kwa haraka. Sibia alimwonyesha kazi iliyokuwa imetolewa na mwalimu. Wingu jipya la wasiwasi lilitanda akilini mwake. Hakuifahamu mwanzo au hata mwisho wake.

Akufaaye kwa dhiki ndiye rafiki. Sibia alimuauni Kemunto kabla ya mjo wa mwalimu. Alinakili kazi ya Sibia haraka haraka bila hata kujua alichokuwa akifanya.

"Kusanyeni vitabu," mwalimu aliamuru, kisha akaondoka kwenda kuvikagua.

"Lo! Mwalimu angenimeza mzimamzima," Kemunto alisema baada ya kuponea chupu chupu. Alimshukuru rafikiye Sibia.

3

Mashaka Masomoni

Kemunto alifika jukwaani katika mashindano ya kitaifa ya kughani mashairi. Mchanganyiko wa hofu na furaha ulimng'ang'ania. Alitembeza macho yake ukumbini, akihisi macho ya wote waliokuweko yakimwangalia. Hangeweza kuhesabu vichwa vilivyoinuliwa kujaribu kumtazama.

Wasilisho la shairi la dakika tano bila kuongeza hata sekunde moja liliuacha umati umeongoka. Aliacha vinywa vyao wazi na nyuso zilizojawa na furaha isiyo na kifani.

Kipawa cha Kemunto kiliwashangaza waamuzi wote. Katika kiwango cha ukariri, aliibuka wa kwanza.

"Mtoto huyu ana kipawa kikubwa," mwamuzi mmoja alisema.

Baada ya Kemunto kutangazwa mshindi, Bi. Omange alimpigia simu mwalimu mkuu kumweleza habari hizo. Punde tu, habari ilisambaa miongoni mwa wanafunzi.

Aliporudi shuleni, Kemunto alikuwa amebeba vyeti na zawadi kochokocho. Habari magazetini zilieleza kuhusu kipawa cha Kemunto, zikimtaja kama msichana chipukizi ambaye nyota yake ilikuwa imeanza kunawiri. Gazeti la Nairobi Leo lilisema kumhusu:

"Msichana mmoja aliwachangamsha mashabiki waliofika katika ukumbi wa mikutano wa kimaitaifa wa Kenyatta jijini Nairobi kuhudhuria tamasha la nyimbo na mashairi ya kitaifa ya shule na taasisi nchini jana jioni. Kemunto Osiemo anasoma katika shule ya wasichana ya Furaha. Kemunto, mwenye umri wa miaka 13, aliwaongoa mashabiki waliojaa ukumbini kwa sauti yake nyororo na nzuri mithili ya

ninga. Msichana huyo ana kipawa ambacho chafaa kukuzwa. Anaweza kuwa mtangazaji mashuhuri pamoja na kwamba alionyesha kuwa mwerevu.

Mwalimu mkuu wa shule ya Furaha aliposoma habari hizo katika gazeti, alipigwa na butwaa. Hakuwa anafikiria kuwa ushindi wa Kemunto ungeandikwa katika gazeti. Alipanga makaribisho kemkem kwa Kemunto na wanafunzi wenzake ambao walikuwa wameandamana kwenda mashindanoni.

Wazazi wake Kemunto pia walifurahi walipopata habari hizo. Mtaani Jilalie, jina lake lilibaki vinywani mwa majirani kwa muda.

Hata hivyo, kuna wanafunzi wengine ambao hawakukubaliana na ushindi wake. Baadhi ya walimu vilevile walilalamikia kufanya kwake vibaya darasani tangu alipoanza kushiriki katika mashindano hayo.

"Mimi siamini Kemunto ni shupavu hivyo kuweza kushinda mashindano ya kitaifa," mwanafunzi mmoja alisema.

"Hata mimi sioni ilivyotokea. Labda waamuzi walipendezwa na sura yake tu," mwingine akaongezea.

"Kemunto kushinda mashindano ya ushairi na nyimbo ni vizuri. Itabidi autumie wembe huo huo katika masomo yake," alisema mwalimu mmoja.

Siku iliyofuata, Kemunto na wenzake waliwasili shuleni. Walipata makaribisho kemkem yenye taadhima. Wanafunzi wenzao na walimu walikuwa wakiwasubiri kwa hamu na ghamu.

"Karibuni mashujaa wetu," wanafunzi waliimba.

"Karibu Kemunto," wengine walisema.

Baadhi ya wanafunzi walibeba mabango yaliyoandikwa, "Heko Kemunto, nyota ya Furaha!"

Ingawa alikuwa ametunukiwa ushindi, Kemunto alikuwa na wasiwasi mkubwa. Alikuwa amepoteza mengi darasani. Siku zilizofuata zilikuwa zenye hekaheka kwake. Alihitaji kujikaza kisabuni kwani mitihani ilikuwa inakaribia. Muhula uliokuwa umetangulia alikuwa amechukua nafasi ya tano darasani.

Baada ya kurudi na ushindi, mwalimu wa darasa alimshauri kuhusu kutumia muda uliokuwepo kufanya marudio ya kazi ya muhula.

"Unapaswa kuutumia vizuri muda mfupi ambao umebaki ili kufanya vyema kwenye mtihani wa muhula," alimwambia.

"Nitajitahidi mwalimu, lakini ninashindwa nitakavyofanya matayarisho kwa mitihani huku nikifanya mitihani mingine iliyofanywa wakati sikuwepo. Njia mbili zilimshinda fisi."

"Unaweza kufaulu iwapo utatumia wakati uliobaki kwa kazi hiyo," mwalimu alimpa moyo.

"Ni kweli mwalimu, lakini ni hali ngumu."

"Hakuna lililo rahisi duniani. Ni lazima ujitahidi na ujikaze ili kufaulu kwa jambo lolote," mwalimu alimweleza.

Kipawa cha Kemunto kilimfanya kukaribishwa katika mikutano muhimu kuwatumbuiza wageni. Si sherehe za kisiasa, si tamasha, si dhifa tumbitumbi. Mkuu wa wilaya yao alikuwa amemtambua kama mwanafunzi mwenye kipawa. Kwa hivyo, alimwalika kuwatumbuiza watu kwa nyimbo zake na mashairi katika hafla nyingi.

Shuleni, kila mwanafunzi alitaka kuwa rafiki yake. Kemunto mwenyewe alishindwa kukabiliana na sifa hizo. Hali hii ilimfanya, wakati mwingine, kutomaliza kazi za ziada walizopewa darasani.

Mwisho wa muhula ulipofika. Kemunto alikuwa amefanya vibaya katika mitihani ya muhula. Jambo hilo liliwafadhaisha wazazi wake. Walighadhabika.

Wazazi wake walishindwa kuelewa kilichoendelea.

"Kemunto, kuna shida gani? Mbona matokeo yako yanaendelea kushuka hivi?" Mamake alimuuliza baada ya kumwonyesha matokeo yake.

Kemunto alikaribishwa katika mikutano muhimu kuwatumbuiza wageni...

"Au ni ushindi wako katika mashindano ya juzi ambao umekuziba akili?" babake aliuliza.

"Mimi nimeshindwa kuelewa maana nasoma kama kawaida," Kemunto alieleza.

Wazazi walizungumzia matokeo hayo kwa muda na kumshauri Kemunto. Alipokwenda kitandani hakutaka kulala, alikuwa amechanganyikiwa. Baadaye usingizi ulimwiba polepole akalala fofofo.

4

Maisha Mapya

Ilikuwa siku ya kwanza ya muhula. Wanafunzi wengi walikuwa wamewasili shuleni mapema ilivyohitajika. Waliofika mapema walikusanyika nje ya mabweni kwa vikundi. Walikuwa wakipiga soga, hadithi zao zikihusu visa na mikasa ya likizo.

"Natamani kuwa tungekuwa tunafungua shule juma lijalo," msichana mmoja alisema.

"Mimi nashukuru shule imefunguliwa. Nyumbani ilikuwa balaa beluwa," mwingine alisema.

"Kwani kulitokea nini? *Buda* yako alikuletea matata?"

"Balaa, zahama na tuhuma. Nilitaka dunia ipasuke inimeze mzima mzima," msichana huyo kwa jina Kamene alieleza. "*Buda* alinikuta na Mutuku sebuleni tukipiga gumzo. Tulikuwa tumemaliza kufanya kazi ya likizo. Ndipo mbwembwe zilipoanza."

"Kwani *buda* alifanya nini?" Wanafunzi wengine walimuuliza kwa pamoja.

"Ghafla, kama ajali, *buda* alipandwa na hasira, kigugumizi kikamwingia. Alisimama tisti mbele yetu akishika kiuno. Tulikaa pale tumeduwaa, hatujui mbichi wala mbivu."

"Kioja hicho. Kwa hivyo, mlimalizaje?" mwanafunzi mwingine aliuliza akijishika mdomo kwa kimako.

"Lisilo budi hutendwa. Niliamua kumueleza baba kuwa Mutuku alikuwa akisomea shule jirani na tulikuwa tukishughulikia kazi ya likizo."

"Pole," msichana mwingine alimwambia Kamene akimpapasa begani.

"Unafikiria yaliishia hapo? Huo ndio ulikuwa mwanzo wa lele. *Buda* alibubujikwa maneno. Mara hili mara lile. Alinionya dhidi ya kuwakaribisha *wasee* kwetu. *Alitupa msomo*! Alitwambia tutilie maanani masomo kwanza. Mutuku aliondoka uso ameukunja na kushindwa pa kuuficha. Hata sijapata nafasi ya kumuomba msamaha," Kamene alisema kwa masikitiko.

"Pole," wanafunzi wenzake walimwambia.

"Wazazi wanaweza kumpaka mtu tope wakati mwingine. Hawaelewi. Ni kama hawakuwahi kuwa vijana!" Sibia alilalamika.

"*You ngirls what are you still doing there?*" sauti ilipasuka nyuma yao ghafula. Ilikuwa ni ya naibu mwalimu mkuu iliyoyasambaratisha mazungumzo yao kwa lafudhi yake iliyowachekesha kindanindani. Alizoea kuweka sauti 'n' isipohitajika.

Hali iligeuka, ikawa ni miguu niponye kwa waliokuwepo. Kila msichana alishika njia bila mpango. Kumbe ulikuwa wakati wa paredi na kengele ilikuwa imepigwa!

Naibu mwalimu mkuu, Bi. Bapa, alikuwa na sifa za kipekee pale shuleni. Wanafunzi wengi walimwogopa. Sauti yake ya mgurumo na nzito iliwatetemesha matumbo na kuwatia woga.

Hata ingawa hakupenda kuwaadhibu wanafunzi sana, wengi walihofia kuitwa ofisini mwake. Wasifu wake uliwatisha wanafunzi. Alikuwa pandikizi la mtu, mrefu kama mlingoti. Alikuwa na misuli mizito mizito tofauti na wanawake wengi.

Leo hii alikuwa kavalia blauzi jeupe na rinda jekundu. Kifuani alikuwa na beji iliyoandikwa, "I love Jesus." Alionekana kukasirika zaidi ya kawaida yake, hali iliyomfanya kuonekana mweusi kuliko kawaida. Mikunjomikunjo usoni mwake ilimfanya atishe zaidi.

Alipofika paredi, kila mwanafunzi alinyamaza jii. Mwalimu mkuu, Bi. Nakaza, alimwangalia, naye akamjibu kwa kutikisa kichwa. Mara alianza kuzungumza.

"Leo ni siku ya kwanza muhula huu. Ningependa kuwaonya wote kuzingatia masomo. Mpangilio wa muhula u tayari. Lazima kila mmoja kuufuata. Walimu watakagua kazi ya likizo darasani kuhakikisha kuwa ilifanywa."

Alitoa hotuba ndefu kuhusiana na masuala mengi ya shule. Hatimaye alimkaribisha mwalimu mkuu.

Bi. Nakaza alikuwa mwalimu mpole. Isipokuwa darasani alikofundisha somo la dini, hakuwa na sifa ya kuzungumza sana. Aliwashauri wanafunzi kutia juhudi katika muhula mpya na kuvunja mkusanyiko ule.

Muhula wa pili wa mwaka ulikuwa wa shughuli nyingi. Kulikuwapo na mashindano ya michezo ya kuigiza, mijadala na michezo ya mipira. Wanafunzi wengi waliupenda muhula huo kwani uliwapa fursa ya kuonana na marafiki waliosomea shule nyingine.

Katika juma la pili, Kemunto aliliongoza kundi la wanafunzi arobaini wa chama cha Kiswahili kwa majadiliano katika shule jirani ya Pilipili. Kulikuwepo na jumla ya shule 10 katika mjadala huo.

Huku ndiko alikutana na mvulana aliyeitwa Makena.

Muumba ana njia yake ya kuwatunuku watu vipawa. Makena alikuwa barubaru aliyesifika shuleni Pilipili. Kwanza, alibarikiwa kuwa na sauti yenye mvuto kama Kemunto. Alikariri na kuyaimba mashairi kwa sauti ya sumaku. Sifa zake zilizagaa zaidi kutokana na usakataji kambumbu, ambamo alikuwa wembe katika ufungaji mabao. Aliweza kuzivunja ngome za timu shupavu na kuuona wavu kwa urahisi. Ingawa baadhi ya walinda ngome walipanga kumpiga daluga, hakusalimu amri. Badala yake mahasidi wake walibebwa si hayati si mamati kwa machela kwenda kuuguzwa. Mara nyingi, mechi zilipomalizika aliimbiwa nyimbo za sifa.

Makena alikuwa ndiye mwenyekiti wa chama cha Kiswahili katika shule yao kama alivyokuwa Kemunto.

Ingawa Kemunto alikuwa amemwona Makena kwa mbali mara kadhaa katika mashindano ya nyimbo, mashairi na michezo ya kuigiza, hawakuwa wameshawahi kuzungumza kwa kina. Lakini siku hiyo ilikuwa tofauti. Kabla ya mjadala kuanza, wote wawili walipata nafasi ya kuzungumza faraghani na kujuana zaidi.

"Mimi naitwa Makena Malimoto. Nasomea shule ya Pilipili," Makena alimwambia Kemunto, akionyesha soni na kujipapasapapasa viganja.

"Nami ni Kemunto Osiemo," Kemunto alimjibu. "Nasomea katika shule ya wasichana ya Furaha."

"Nimekuona mara kadhaa katika mijadala. Lakini, hatujapata muda wa kujuliana hali zaidi. Sifa zako pia katika ushairi na insha nazitambua," Makena alisema.

"Ahsante," Kemunto alijibu kwa tuo.

"Naomba tukipata muda leo tuzungumze zaidi," Makena alipendekeza. "Sawa?"

"Sawa," Kemunto alisema, na wakaagana.

Wakati wa mapumziko ya chamcha, Kemunto na Makena walipiga gumzo zaidi. Hatimaye, walibadilishana anwani. Makena hata alimwandikia Kemunto nambari yake ya rununu kwenye kijikaratasi. Waliahidiana kukutana kila mara katika mashindano ya muziki na mijadala.

"Nimekutamani," Makena alimwambia Kemunto alipokuwa akiondoka. Basi la shule yao lilikuwa karibu kuondoka. "Ningetaka uwe wangu."

Kemunto hakusema lolote. Alibaki ameduwazwa na maneno yale. Kwa takriban dakika moja hivi alijikuta ameshikwa akashikika, amesimama pale utadhani akiitafuta sindano iliyoanguka. Hata alipokuwa akilishuka basi la shule jioni hiyo, Kemunto alikuwa bado amechanganyikiwa.

"Nimekutamani...Ningetaka uwe wangu..."

"Ni nini hasa maana ya maneno ya Makena?" alijiuliza.

Alihofu uongo wa maneno hayo jinsi alivyohofu ukweli wake. Alibaki katika hali ya ati ati.

Usiku huo hakulala. Alijawa na fikra nyingi, furaha na mchanganyiko wa wasiwasi pia. Aliwaza kuhusu wazazi wake na ushauri wao. Alimhofu Mwalimu Bapa na adhabu zake.

5

Ndoto ya Ajabu

Baada ya siku chache, Kemunto alipokea barua. Alijikalifu kuifungua. Barua yenyewe ilikuwa fupi na ilikuwa imeandikwa kwa Kiswahili.

Shule ya Pilipili,
S. L. P. 203-0300,
Pamboni.
28-3-2003.

Mwandani Kemunto,
Natumai u salama salimini. Ninakuandikia barua hii kukujulia hali tu. Unaendeleaje tangu tulipoachana siku ile ya mjadala? Je, u buheri wa afya? Mimi ni mzima kama kigongo. Nia ya kukuandikia barua hii ni kukujulisha kuwa bado ninakuwaza. Ninakupenda. Husinzia nikikuwaza. Umenijazz. Tukutane siku ya mashindano ya muziki ya kitaifa wiki ijayo katika Ukumbi wa Kitaifa wa Kenyatta, Nairobi. Usikose

kunijulia hali ukifika. Usiponiona, tafadhali nitafute kwa nambari ya simu tamba yangu niliyokupa. Ninaisubiri siku hiyo kwa hamu na ghamu.

Wasalaam,
Wako mpendwa,

Makena.

Barua hiyo ilimfanya Kemunto kuzama katika fikra zaidi. Alizidi kutatanishwa na maneno yake Makena.

Siku zilikimbia kwa haraka na Jumamosi ikawadia. Kemunto alikuwa hakosi kuhudhuria mashindano ya muziki baina ya shule mbalimbali katika ngazi zote. Siku hiyo, mambo yalikuwa tofauti na siku nyingine. Hakukaa na wanafunzi wenzake kama ilivyokuwa kawaida. Badala yake alichukua muda wake mwingi kuzungumza na Makena, jambo lililomshangaza mwalimu wake Bi. Omange.

"Kemunto, ni mwanafunzi gani huyu ambaye nimekuona ukizungumza naye kila mara tangu asubuhi?" Bi. Omange alimuuliza.

"Huyo ni mwenyekiti wa Chama cha Kiswahili cha Shule ya Pilipili. Tulikuwa tukizungumzia kuhusu Kiswahili na umuhimu wake," Kemunto alimhadaa mwalimu akijijaza haiba na furaha ya kuomba. Ndani, tumbo lilikuwa limemjaa woga na wasiwasi.

Bi. Omange aliondoka akionyesha kutosheka na maelezo ya Kemunto.

Wakati tamasha za muziki zilipokuwa zinafika ukingoni, Kemunto na Makena walikutana tena nyuma ya jumba la mashindano. Walizungumza kwa muda mfupi kabla ya kutoleana buriani.

"Kwaheri, tutaonana tena Inshallah," Kemunto alimwambia Makena.

"Poa. Tutaonana tena."

Kemunto aliharakisha na kujiunga na wanafunzi wenzake. Mawazo kumhusu Makena yalikuwa yakimchemka kichwani kama zaha lichemkavyo ndani ya mlima wa volkeno.

"Ah, Kemunto, ulikuwa umeenda wapi?" Sibia alimuuliza kwa ucheshi.

"Nilikuwa mumu humu tu," Kemunto alisema bila kufafanua.

"Lakini nimekutafuta sana sikukuona!"

"Hata! Nilikuwa nazungumza na msichana mwingine ukumbini," Kemunto alidanganya kwa macho makavu.

"Ama kuna mwingine tena mmejuana na mlikuwa mnapiga gumzo?" Sibia alimuuliza kwa jicho la "sema ukweli."

"Hata!" Kemunto alidinda.

"Ukweli ukidhihiri, uongo hujitenga. Kumbuka ulimwengu ni kokwa ya fuu hauishi utamu," Sibia alimwambia.

"Ni kweli usemavyo," Kemunto alijibu akiangalia kando.

Mazungumzo yao yalikatizwa ghafula na mjo wa gari la shule. Mwalimu aliwaamuru wote kulipanda ili waelekee shuleni.

Mle garini, mazungumzo baina ya wanafunzi yalinoga. Wengine walizungumzia juu ya marafiki waliokutana nao. Kemunto aliwapa sikio tu huku amepotea mawazoni. Alikuwa anaogelea kwenye dimbwi la mawazo, akili zake zikamrindima akachoka tiki. Ungemtazama mle garini alikuwa amezubaa, ametulia tuli kama maji mtungini.

"Mbona husemi chochote Kemunto?" aliuliza mwanafunzi mmoja.

Kemunto alishtushwa na swali hilo kama mtu aliyetoka usingizini. Macho yalimlegea.

"Nilikuwa nasikiliza tu," alimdanganya akipiga miayo.

Hatimaye, gari lilipiga breki nje ya lango kuu la shule. Jua lilikuwa linakuchwa, likiteremka magharibi kwa kasi. Joto lililofukutuka mchana kutwa lilikuwa limepoa. Upepo mwanana uliwapepea wanafunzi wakishuka kutoka garini kama wenye kuwashangilia na kuwakaribisha shuleni.

Walifululiza hadi chumba cha maakuli, lakini wengi wao hawakula. Ilikuwa tabia ya wanafunzi wengi waliposafiri nje ya shule kujinunulia mapochopocho.

Walijifanya kuonja kijiko kimoja au viwili vya chakula cha shule, lakini ukweli ni kuwa matumbo yao yalikuwa yametulizwa tuli na rojorojo nyingi. Walifika chumba cha maakuli kufuata sheria za shule tu.

Mara walifumkana na kila mmoja kuingia darasa lake kwa *preps*. Kuingia kwao madarasani kulizusha msisimko fulani miongoni mwa wanafunzi wengine. Maswali, majibu na maelezo yalitatiza usomaji wa kimya uliotarajiwa. Wengine waliwaletea wenzao bidhaa walizowatuma. Kuna waliobeba barua au ujumbe kutoka kwa wendani wao wa shule nyingine.

Mazungumzo haya na minong'ono ilififia kila wakati walipomwona mwalimu wa zamu akipita nje. Wengi walijitia kuzama vitabuni. Punde tu alipotoweka machoni, waliendelea. Ikawa kama mchezo wa paka na panya. Kengele ya kumalizika kwa *preps* iliwafurahisha wengi akiwemo Kemunto. Waliyaona masaa mawili waliyokaa pale darasani kama siku mbili.

Mazungumzo yalinoga bwenini. Hata zilipozimwa taa ili walale, bado sauti zilisikika zikipasua giza kuhusu hili au lile. Swali liliandamana unyounyo na jibu lake. Mara kicheko hapa, mara mshangao huko. Usingizi uliwaiba mmoja mmoja.

Kemunto alikuwa katika ulimwengu wake. Alikuwa amejifunika blanketi gubigubi, katekwa fahamu na taswira ya Makena na kupapaswa moyo.

Baada ya kuhimili nguvu za usingizi kwa muda alisalimu amri, akalala. Mara alizama katika ndoto ya kutisha. Akiwa njiani kuelekea asipokufahamu, alikutana na chatu mkubwa aliyefanana na ukuni njiani. Alishtuka, akamaka na kutweta. Jasho lilimtiririka kama maji. Lakini yule chatu hakumdhuru, akimwangalia tu kwa macho yaliyotia kiwewe. Kemunto alikosa nguvu za kutoroka. Waliangaliana kwa muda kama mahasidi walioogopa kukabiliana. Ghafla Kemunto alijijasirisha, akageuka na kuanza kutoroka. Alipotupa jicho nyuma, alimwona chatu amekiinua kichwa chake juu akimfuata mbiombio. Alipiga unyende, lakini chatu alizidi kumfuata. Mara Kemunto aliona shimo lisilo ukomo mbele yake. Aliruka ndani huku akipiga kamsa: "Chatu! Chatu jamani! Chatu! Nisaidieni! Nisaidieni!"

Kamsa hizi ziliwaamsha baadhi ya wanafunzi kutoka usingizini. Wakataka kujua kulikoni huku hofu zimewajaa.

"Kuna nini?" Sibia alimuuliza.

"Yuko wapi chatu?" aliuliza msichana mwingine.

Hawakupata jibu lolote kutoka kwake Kemunto, ambaye aliganda kitandani mwake huku jasho limemjaa usoni. Mara kengele ililia. Kumbe ilikuwa ndiyo siku inakuchwa!

Ghafla, kila mmoja akaanza kujishughulisha.

Kemunto alikuwa kakaa pale kitandani kajishika tama huku anatweta. Alijihisi mzito na mchovu. Alijizoazoa, akachukua taulo akaenda kuoga.

Ilikuwa thenashara na kijiduka cha shule kilikuwa tayari kimefunguliwa. Wanafunzi walikuwa wamekizonga kama nyuki mzingani. Sauti za wanafunzi ziligongana zikiagiza mikate:

"Niuzie nusu!"

"Nipe mzima!"

"Niuzie robo!"

Mkate ulikuwa bidhaa maarufu katika kijiduka hiki. Ulikuwa umebatizwa "chakula cha maisha." Mwenye duka hakuona umuhimu wa kuuza bidhaa nyingine isipokuwa mafuta ya kujipaka na sabuni za kuoga. Vile vile, aliuza peremende na biskuti za kila aina.

Kijiduka kilifungwa kwa muda mwingi kuliko kilivyofunguliwa. Kilifunguliwa kwa dakika thelathini tu asubuhi na dakika nyingine ishirini saa nne.

Kelele za wanafunzi zilikatika kila mwanafunzi alipopata alichokitaka na kuelekea kwenye chumba cha maakuli ambako uji uliwasubiri.

Wanafunzi wengi hawakuupenda uji huo. Ulikuwa moto na mzito. Wengi walidai ulinyimwa sukari ya kutosha kuvutia hamu, sikwambii kuizindua. Wengine walisema ulikuwa kama ugali mdomoni.

Lisilobudi hutendwa. Wanafunzi wengi walibuni njia na mbinu za kukabiliana na uji huu. Walinunua mikate ya kuwasaidia kuusafirisha tumboni. Hili ndilo lilichangia umuhimu wa kiduka cha shule kwa wanafunzi.

Kuna baadhi ya wanafunzi waliokwepa uji huu kwa kutumia mbinu nyingine. Waliwahonga wapishi kuwatayarishia maji ya moto ambayo waliyatumia kuitayarisha chai ya mkandaa.

Kupigwa kwa kengele kuliashiria mwanzo wa masomo. Kemunto alifika darasani akiwa na mawazo tele. Hali yake haikumpa utulivu wa kuzingatia kilichokuwa kikifunzwa.

Hali iliendelea kumwia ngumu. Shule haikumweka tena kimawazo. Akili zake zilikuwa zaidi zinamuwaza Makena.

Wakati una njia maalum ya kuharakisha mambo wakati mwingine. Matokeo ya Kemunto yalizidi kushuka. Muhula huu alijikuta amechukua nafasi ya 30. Hali hii haikuwafurahisha walimu kamwe. Ingawa walimwita na kujaribu kumhoji, Kemunto hakuwaambia ukweli wa mambo.

Mchanganyiko wa ushindi wa nyimbo na ukariri wa mashairi, na kuingia kwa Makena maishani mwake vilimkanganya Kemunto. Hakutofautisha zuri ama baya, jeupe ama jeusi.

Hata ingawa alisema hakukuwa na tatizo lolote, ilikuwa dhahiri shahiri kuwa kulikuwa na jambo lililomsukasuka.

Alipofika nyumbani kuanza likizo ya muhula huo, wazazi wake hawakuelewa ni kwa nini hakufanya vizuri masomoni. Mwalimu wake wa darasa alikuwa ameandika swali katika ripoti yake: *Kuna nini, mbona hutilii masomo maanani tena?* Swali hilo liliwashtua wazazi wake. Walijaribu kumhoji Kemunto lakini hawakupata kiini cha tatizo lake.

"Dalili ya mvua ni mawingu. Lazima kuna tatizo linalomtatiza Kemunto," mamake alimwambia babake baada ya kuzungumza na Kemunto.

"Ni kweli, palipo na moshi hapakosi moto. Ni lazima tuchunguze kinachomsumbua," alisema Osiemo.

Mawazo kumhusu Makena yalikuwa yamemvamia Kemunto yakamvaa. Hayakumpa nafasi ya kusoma. Siku nyingine hakulala usiku. Kila alipojaribu kusoma alijikuta akisinzia.

Wiki moja baada ya kufunga shule, Makena alimchukua Kemunto na kumpeleka matembezini walivyokuwa wameahidiana. Wazazi wa Kemunto hawakujua mpango huo. Ilikuwa Jumapili, lakini Kemunto hakwenda kanisani kusali. Badala yake waliandamana na Makena hadi mji wa Nyikani. Walifika salama salimini. Walianza kujiburudisha kwa vinywaji huku wakipiga gumzo katika hoteli ya Burudikeni.

Gharama ya vyakula na burudani ilifadhiliwa na Makena. Kemunto hakujua, lakini pesa nyingi alizokuwa nazo Makena zilikuwa za wizi. Aliziiba kutoka kwa duka la babake.

Kemunto alizuzuliwa na Makena akazuzuka. Alirushiwa na kutekwa kwa maneno matamu ya kimapenzi ambayo yangeweza kumtoa nyoka pangoni. Ilipofika wakati wa maagano, Makena alimpa shilingi elfu moja kama nauli. Kemunto alijawa na furaha ghaya. Alikuwa hajawahi kuwa na pesa kiasi kile mfukoni mwake.

"Mbona leo umechelewa kutoka kanisani?" mamake alimuuliza mara alipofika nyumbani mwendo wa saa kumi.

"Nilibaki nikisikiliza nyimbo za vijana wa kwaya," Kemunto alihadaa.

"Unapaswa kurudi mapema na kufanya marudio ya kazi yako ya shuleni. Matokeo yako yamekuwa yakisikitisha sana."

Kemunto na Makena waliendelea kukutana

kisiri. Wazazi wa Kemunto walijaribu kumshauri lakini ni kama kwamba masikio alikuwa ameyaweka nta.

Kemunto alizuzuliwa na Makena akazuzuka. Alirushiwa na kutekwa kwa maneno matamu...

"Sasa nifanye nini mama? Ninajaribu lakini sijui ni ibilisi yupi ameniingilia," alipenda kumwambia mamake kila alipoulizwa.

Shule ilipofunguliwa tena, wazazi wa Kemunto walimshauri kujikaza masomoni.

"Kumbuka ni maisha yako. Usipojikaza usije kutulaumu," mamake alimshauri.

Sikio la kufa halisikii dawa. Kemunto alipoteza wakati mwingi akisoma barua alizokuwa anaandikiwa na Makena. Ingawa walimu walijaribu kumshauri, hawakufua dafu.

6

Safari ya Usiku

Siku moja, Kemunto na Makena walitoroka shuleni usiku kama walivyokuwa wamepanga. Walikuwa wamevua sare za shule na kuvalia nguo za nyumbani. Kemunto alipitia kichaka kilichokuwa nyuma ya shule yao. Walijificha na kusafiri kwa teksi. Mwishowe, walifanikiwa kuingia katika jumba moja la disko katika kituo cha biashara cha Nyikani.

"Hawawezi kujua kuwa umejificha na kuondoka shuleni. Kesho asubuhi na mapema utakuwa umerudi," Makena alimwambia Kemunto akimpapasa begani. Kemunto alishawishika.

"Kwani sisi ni mbuzi kufungiwa kila wakati? Hata mbuzi ni afadhali kwani hufunguliwa na kwenda malishoni," aliongeza Makena.

Kemunto aliitikia kwa ishara bila kufungua kinywa.

Walisakata rumba hadi usiku wa manane. Ilipofika saa nane na nusu, Makena alipata simu kutoka kwa dereva wa teksi ambayo alikuwa ameikodisha kuwarudisha shuleni.

"Huu ndio wakati wa kuondoka kama tulivyopanga," dereva alimwambia.

Waliutoka ukumbi wa densi na kuelekea garini. Makena alikuwa kameza chupa kadhaa za *pilsner*, na alitembea huku yuatapatapa na kuyumbayumba. Kemunto alikuwa amechoka, hajijui hajitambui. Alijiangusha kwenye kiti cha nyuma kama mzigo uliotupwa jalalani. Dereva aliingia garini akapiga gari moto na kuondoka Nyikani. Punde si punde, walikuwa mbioni kuelekea shuleni mwao. Wangemweka Kemunto kwanza, kisha Makena angepelekwa hadi shule ya Pilipili.

Hawakuwa wameenda bali sana sauti ya kuogofya ilipoatua kimya cha usiku.

"Mbona ninasikia mlio wa risasi?" Kemunto alimuuliza Makena kwa kumgusa usoni. Makena hakusema lolote. Alikuwa kanaswa na mseto wa usingizi, ulevi na uchovu. Pombe aliyoinywa haikusaidia mambo.

Walipofika kilomita tano kutoka shuleni, milio ya risasi ilisikika tena. Alipoisikia, dereva alipiga misanyo na kuingiwa na wasiwasi. Lakini hata kabla ya kuligeuza gari, aliwaona askari polisi wamemwelekezea bunduki kutoka pande zote za gari huku wakiwa wamemmulika kwa kurunzi zenye mwanga mkali. Alilizima gari na kusalimu amri.

"Mikono juu!" askari polisi mmoja aliamrisha.

"Nyie ndio mmekuwa mkitusumbua kwa siku nyingi!" askari mwingine alisema kwa sauti ya ujeuri.

"Mlifikiria mtatoroka siku zote? Siku za mwizi ni arobaini," kiongozi wa wale polisi alisema kwa ghamidha.

Walitolewa garini wakiwa wameinua mikono na kuamriwa walale kifudifudi. Gari lilipekuliwa, kisha wao wakapekuliwa mifuko.

"Kila mmoja atoe kitambulisho haraka," mmoja wa askari aliamrisha baada ya upekuzi.

Yule dereva aliingia garini akiwa ameshikwa na askari na kutoa kitambulisho chake.

"Nanyi wapi vyenu?" askari mwingine alifoka baada ya kuona kuwa Makena na Kemunto walikuwa wanasitasita.

"Si…si…si..si ha..ha..tuna vitambulisho," Makena alisema kwa sauti ya kigugumizi iliyojaa woga.

"Kumbe ninyi ndio wale wageni wanaoishi humu nchini bila kibali?" askari mmoja alimaka. "Yawezekanaje muwe hamna vitambulisho kama ninyi sio wahalifu?"

"Nyie ndio mnaovunja sheria usiku na kuwahangaisha raia," askari mwingine alisema huku akiinama kuwapekua tena. Kemunto alitetemeka toka unyayoni hadi utosini. Moyoni mwake mlijaa majuto kwa kutoroka shuleni.

"Amkeni!" amri ilitolewa na mkuu wa polisi wale. "Ingieni katika gari hilo. Mtaeleza ni kwa nini mnatembea ovyo usiku bila vitambulisho tukifika kituoni."

Askari wengine waliingia katika gari lao na kumtaka dereva wa teksi kuliendesha hadi kituo cha polisi.

Mara walipofika kituoni, askari wa zamu alianza kuwahoji.

"Kitambulisho changu hiki hapa," Dereva alisema.

"Nanyi mnangoja nini?" askari alisema akiwageukia Kemunto na Makena. "Toeni vitambulisho mara moja!"

"Sa..ma..hani…" Kemunto alijaribu kujitetea.

"Unasema nini wewe? Vijana mnafanya nini nje usiku wa manane?" afisa alifoka.

"Si…si..si.. ni wanafunzi," Kemunto alijibu alipoona kuwa mambo yalikuwa yameanza kuchacha.

"Eti wanafunzi?" afisa wa polisi aliwauliza kwa sauti ya mshangao. "Msilete mzaha kwa kazi yangu. Nimesema mtoe vitambulisho vyenu mara moja!"

"Ni kweli kuwa sisi ni wanafunzi," Makena alisisitiza.

"Kwani siku hizi wanafunzi husomea gizani wakirandaranda usiku?"

"La," Makena na Kemunto walijibu kwa pamoja.

"Mu wanafunzi wa shule gani hiyo?"

"Mimi, Pilipili," Makena alijibu.

"Nami, Furaha," Kemunto aliongeza.

"Kumbe ninyi ndio wanafunzi mnaoshiriki uhalifu? Siku zenu arobaini zimefika. Mtakiona kilichomfanya kuku kukosa maziwa," afisa alionya.

"Sisi si wahalifu. Tusamehe, afisa," Kemunto alijitetea.

"Mnapatikanaje nje ya shule ilhali mwatoka shule tofauti? Sasa ni saa ngapi?"

Mwenye teksi alihojiwa lakini akaachiliwa baada ya muda. Aliweza kuwashawishi polisi kuwa hakujua wateja wake walikuwa wanafunzi.

Afisa aliamuru Makena na Kemunto wawekwe kwenye seli hadi asubuhi. Walitakiwa waache pesa na vitu vyote vya thamani katika sehemu ya mapokezi. Waliongozwa na askari hadi kwenye seli. Ilikuwa mara ya kwanza Kemunto kuingia seli acha kituo cha polisi. Aliongozwa huko na askari wa kike mweupe pe pe pe. Askari mwenyewe alikuwa mnene na alionekana kutembea kwa ugumu. Ungemwona, ungeshindwa jinsi angemtimua mbio mwizi ama mhalifu yeyote na kumnasa.

Kemunto alisukumwa ndani ya seli yake pekee.

Kilikuwa chumba kidogo, mita kama tatu mraba. Hakukuwemo chochote kingine mle isipokuwa ndoo moja kuukuu ya kujisaidia. Sakafu ilikuwa baridi yenye kutia mwili mzizimo. Kemunto aliliona dirisha dogo juu ukutani ambalo halingefikiwa hata mtu aruke kwa nguvu. Hamkuwa na kingine chochote cha kutupia macho kujipumbaza. Kemunto alijikuta amesimama tu hana hali. "Ningalijua," zilimvamia mfululizo.

Kwa upande mwingine, Makena alisindikizwa hadi chumba ambamo kulikuwa na wanaume wengine watano. Askari aliufungua mlango wa chumba kile kwa haraka. Akamsukuma Makena ndani. Kilikuwa chumba kidogo mno kwa idadi ya waliokuwemo. Makena alimwangukia jamaa mmoja. Ndipo alipokaribishwa kwa matusi.

"Wewe kijana mbichi ulivyo, nini kimekuleta humu?" mzee mmoja alimsaili baada ya Makena kumkanyaga.

"Vijana siku hizi hawasikii la mwadhini wala la mteka maji msikitini. Zumbukuku! Kama ungekuwa mwanangu ningekusafirisha jongomeo mara moja," mzee mwingine mwenye mvi na macho mekundu alisema kwa hasira.

Makena hakusema lolote. Alikuwa amesimama pale amepagawa hajui la kufanya. Nafasi haikuwepo kuketi. Mbali na wazee waliomtusi, palikuwa na wengine waliokuwa wakikoroma. Aliona kisunzi. Mara alisalimu amri. Uzito wa mwili wake na usingizi hangeuvumilia tena. Aliliangukia pandikizi la mtu, ambalo liliamka na kujipangusa uso likipepesapepesa macho. Lilimwangalia Makena kwa jicho la dharau.

"Mshenzi gani huyu anadhubutu kunikanyaga?" liliuliza kwa ukali, likimtupa Makena ukutani kama karatasi. Makena alimwangukia mtu mwingine pu!

"Kama bado unataka kuishi usinikaribie, juha wewe!" jamaa alifoka.

Makena aliruka na kujikuta ameangukia ndoo ya kinyesi na mkono wake wa kulia kutumbukia ndani. Dhoruba ya uvundo ilimzaba kofi zito. Alijikuta ameketi sako kwa bako na ndoo ya kinyesi. Hakuweza kufanya chochote kujiondoa mahali pale maana ndipo palipokuwa na nafasi. Usingizi uliokuwa umemghubika ulimpaa. Aliomba mchana ufike haraka.

Alianza kuhesabu sekunde na dakika ili kuhakikisha kuwa usiku unaisha. Sekunde zilijikokota, dakika zikakataa kusonga.

Mara mlango ulifunguliwa kwa kishindo.

"Makena iko wapi?" sauti kali, nzito na iliyojaa lafudhi iliuliza.

"Hapa, Afisa," Makena aliitikia kwa woga na kitetemeshi.

Afisa wa polisi alimshika kiunoni, akamwongoza kutoka seli hadi kijumba kingine. Baada ya dakika chache alijikuta katika pambajio. Alimkuta Kemunto kule.

Kemunto alimwangalia kwa mshangao kama mwenye kumwona kwa mara ya kwanza.

"Natumai mlilala salama salmini. Kazi yetu ni kuwatunza wale wanaokataa kukaa na wapenda-amani," askari mmoja wa kike kimbaumbau aliwaambia.

"Najua mmefurahishwa na mapokezi mliyopata kwa muda huo mliokuwa humu. Ndio sababu mmenyamaza jii kama maji mtunguni," askari wa kiume, mrefu na mweusi ti ti ti aliwatania.

Makena na Kemunto walinyamaza, wakihofia hatima yao. Waliangalia juu kama wenye kutaraji mtu kushuka kuwaokoa. Kisha, Makena aliangalia picha iliyokuwa imetundikwa ukutani. Ilikuwa picha ya Kamishna wa Polisi.

"Mbona unaiangalia picha hiyo kwa makini hivyo? Hatutakuuliza maswali yoyote ama kukupa mtihani wowote kuihusu!" yule askari wa kiume alimtania Makena tena.

Mara walianza kuhojiwa. Makena na Kemunto waliulizwa maswali mfululizo na maafisa watatu. Mengi yalikuwa ya balagha, yakuwahangaisha tu.

Thenashara ilipofika, askari wa zamu alipiga simu shule ya Pilipili na ile ya Furaha. Alifahamishwa kuwa tayari ilikuwa imegunduliwa kuwa wanafunzi hao hawakuwapo shuleni. Katika shule ya Furaha, wasiwasi ulikuwa umewakumba walimu na wanafunzi. Walimu walipata afueni baada ya kupokea habari hizo. Hata hivyo, katika shule ya Pilipili, walimu hawakushangaa kwa kuwa Makena alikuwa na tabia ya kutoroka shuleni.

Mwalimu mkuu wa shule ya Furaha alifika kituoni na kuruhusiwa kurudi na Kemunto shuleni. Ingawa Kemunto alijaribu kuomba msamaha kufuatia tukio hilo, mwalimu mkuu hakumsikiliza.

"Siku za mwizi ni arobaini!" mwalimu alisema kwa sauti iliyoonyesha kuudhika. "Huoni tope

Mara walianza kuhojiwa. Makena na Kemunto waliulizwa maswali mfululizo na maafisa watatu.

ambalo umeipaka shule yetu ni kubwa? Lazima wazazi wako wafahamishwe. Nimekushauri kwa muda nikifikiria umekuwa ukinisikiliza, kumbe ulikuwa umeyaweka masikio nta!"

Walipofika shuleni, alipelekwa ofisi ya naibu mwalimu mkuu alikohojiwa kwa muda. Kisha barua ya kumfukuza kwa muda iliandikwa. Alitakiwa kuvichukua vitu vyake vyote na kwenda nyumbani.

Mwalimu mkuu alimfahamisha babake Kemunto hatua hiyo kwa simu tamba.

Shuleni Pilipili, Makena alipata adhabu kama ya Kemunto. Lakini hakujali wala kupigwa na mshangao kama Kemunto. Kabla ya hapo alikuwa amefukuzwa mara tatu kwa makosa kama yayo hayo. Alijua kuwa wazazi wake wangemshawishi mwalimu mkuu kumrejesha shuleni tena kama walivyokuwa wamefanya mbeleni.

Baada ya kutokea lango kuu la shule, Kemunto aliketi chini ya mti uliokuwa karibu huku amezama katika bahari ya mawazo. Alifikiria kuhusu yote yaliyotokea katika safari ya usiku uliotangulia. Aliwaza na kuwazua, fikra zikimjia kuhusu jinsi safari ile ilivyoboronga kila kitu. Milizamu ya machozi ilimtiririka.

Baada ya dakika chache, alipiga moyo konde na kusimama. Aliamua liwe liwalo, angeenda nyumbani na kuwaeleza wazazi ukweli bayana. Alikuwa amejidunga mwiba mwenyewe, na alijua mwiba wa kujidunga huambiwi pole. Alianza safari asteaste, huku athari za safari yao ya usiku zikianza kumwandama. Alitembea akijisemesha na kurusha mikono juu kama mwehu. Alikuta machozi yakimtiririka mashavuni na kushindwa kuyazuia.

Ilichukua nusu saa kufika kituoni umbali wa kilomita moja. Baada ya dakika chache, alipanda gari kuelekea nyumbani. Hamkuwa na abiria mwingine ila yeye na utingo tu.

"Nauli!" utingo alimwitisha pesa baada ya dakika chache. Kemunto alimwangalia tu, akili zake zikiwa bado juu ya mkosi uliompata.

"Usijaribu kuchezea kazi yangu," utingo alikuja juu. "Hiyo michezo ya wasichana wa shule tunaielewa. Unafikiria ni nini kilichonifanya nikafukuzwa shule? Leta nauli!" Alikuwa akitafuna miraa taratibu kama mbuzi anayetulia baada ya malisho. Lazima awe alikuwa ameitafuna kwa muda. Rangi ya meno yake ilithibitisha hilo.

Kemunto alishtuka kama mwenye kugutuka kutoka usingizi mzito. Alifungua mkoba wake na kumpa nauli yule utingo. Utingo alizichukua zile pesa na kumrudishia chenji huku akimwonya.

"Hata kama shule ilitushinda, nyie imewashinda zaidi. Shule haiwaweki. Kila mara ni kiguu na njia," alisema kwa kejeli. Kemunto hakujibu. Hata hivyo,

"Hiyo michezo ya wasichana wa shule tunaielewa... Leta nauli!"

maneno haya yalikuwa msumari moto juu ya kidonda. Ukweli wake ulimwia mzigo mzito kuubeba moyoni. Yalimchoma na kumkatakata moyo.

Alifika nyumbani hana hali. Maskini alitembea kama mgonjwa aliyeathirika kwa muda mrefu. Pajini alionyesha mikunjomikunjo, labda ya kudhihirisha idadi ya masaibu aliyokuwa nayo. Alipitia vijia vilivyokuwa mtaani Jilalie akiruka shimo lililokuwa wazi, ama taka, hapa na pale.

Hakwenda nyumbani. Mamake kawaida alikuwa akiuza mboga mtaani. Kwa hivyo, alifululiza hadi huko.

Mamake alipomtia machoni tu, machozi yalimtiririka. Naye Kemunto yake yakawa ni njia mbili mbili. Walikumbatiana na kupigana pambaja. Mama mtu alimwashiria Kemunto kuketi alikokuwa.

"Sema yote tu, usiogope," Mamake alimwambia akikatiza usemi kuwauzia wateja.

"Kuna rafiki yangu anayeitwa Sibia. Alimwibia msichana mwingine pesa lakini nikasingiziwa," Kemunto alimdanganya mamake.

"Je, huyo Sibia alifukuzwa pia?" mamake alimuuliza.

"La."

"Kwa nini? Kemunto, ulianza lini tabia ya kusema uongo?" Mamake alimuuliza akimwangalia kwa jicho kavu. Kemunto aliangusha uso wake. Alitweta kwa muda, kisha akauinua uso uliokuwa umelowa machozi.

"Basi mama," alijijasirisha huku akipangusa machozi usoni. "Nimefanya kosa kubwa. Nimekupakeni matope nyote. Sasa nimeelewa uliyokuwa ukiniambia tangu hapo. Nimefukuzwa shule kwa majuma mawili …"

Kimya kirefu kilijiri. Mamake alimtazama kwa mshangao na tuo kubwa.

"Kemunto, ati wasema nini?" aliuliza.

"Nimefu..uu..kuu..zwa shuleni kwa wiki mbili," Kemunto alijibu kwa upole baada ya muda akiwa ameuinamisha uso.

"Hebu uinue uso wako!" Mamake alimwamrisha. "Sasa nieleze kisa na maana ya kufukuzwa. Usinifiche chochote. Unajua, uchungu wa mwana aujuaye ni mzazi."

Kemunto aliendelea kukiinamisha kichwa tu bila neno.

"Binti yangu," aliendelea mamake, "unafahamu kuwa tunaishi maisha ya kijungu jiko. Hatuna mbele wala nyuma. Tunaishi maisha ya leo, ya kesho ni Mungu. Hatujimudu." Alisita kidogo kumuuzia mteja mboga na kuyapa nafasi maneno yake kutua akilini mwa Kemunto, kisha akaendelea, "Halafu yapo haya maswala ya wavulana au wanaume. Ningependa uyape kisogo kwa sasa. Wakati wake bado haujafika. Wanaume watakujia kwa maneno ya kumtoa nyoka pangoni. Wengine watakupa hata pesa nyingi …"

Mama alisita tena. Kemunto alinyanyua uso wake na kumtazama kwa hizaya. Jua lilikuwa utosini na joto lilishitadi vilivyo. Njaa ilikuwa imemnasa Kemunto lakini hakuwa na hamu ya chakula. Aliwazia maneno ya mamake, akashangaa ghaya sadfa yake na ile safari ya usiku.

"Kemunto, dunia hii ni tambara mbovu. Hakuna amtakiaye mwenziye mema. Usipotahadhari, utaingia hatarini wakucheke," alianza kumwambia Kemunto tena baada ya mteja mwingine kuondoka. "Sasa hebu nieleze: Ni kipi kilijiri shuleni hadi ukatimuliwa?"

"Ilikuwa hivi, mama …" Kemunto alianza.

Mama alisikiliza maelezo yake kuhusu safari ya usiku ilivyomtibukia. Maelezo yake na jinsi alivyotiwa katika seli yalimsisimua mamake kihisia. Alitikisa kichwa, akaachwa kinywa wazi.

Baada ya Kemunto kumaliza maelezo yake, mamake alimuusia si kidogo. Kemunto hakuweza kuyazuia machozi ya majuto.

"Nenda ukapumzike nyumbani," mamake alimalizia. "Nitakuja baadaye."

Kemunto alichukua mzigo wake na kuondoka. Alikuwa amechoka sana, na alipofika kwenye nyumba alijitupa kitandani mara moja. Alipozindukana, kulikuwa kiza totoro. Alijaribu kujinyanyua, lakini aliyahisi akahisi maumivu yakimpanda katika uti wa mgongo na kujieneza mwili mzima. Alisikia ndugu zake wadogo wakizungumza. Aliamka na kwenda walikokuwa.

"Ala! Kumbe Kemunto umekuja? Habari za shule?" Borabu alimuuliza.

Kemunto alimwangalia nduguye tu bila kumjibu. Alifahamu kuwa Borabu hangelielewa tatizo lake.

Mamake aliporudi saa mbili za usiku, ndipo Kemunto alipokuja kujua kuwa babake tayari amefahamishwa kuhusu kufukuzwa kwake shuleni.

"Babako amekwenda kazini. Tulizungumza kuhusu tatizo lako. Amekasirishwa sana," mamake alimwambia baada ya kula sembe kwa sukumawiki.

Thenashara ya asubuhi siku iliyofuata, babake alifika nyumbani kutoka kazini.

"Kemunto, hebu nieleze kilichotokea. Mbona ulifukuzwa shuleni?" Osiemo alimuuliza bintiye mara alipoingia mlangoni. "Usifanye mzaha masomoni. Ikiwa unataka kujikimu maisha ya baadaye, jitayarishe sasa. Au unataka kuishi maisha ya kijungu jiko kama haya yetu? Mungu wangu!" Macho yake yalikuwa yamegeuka na kuwa mekundu. Midomo yake ilionekana kutetemeka.

Ghafla, Kemunto alivamiwa na wasiwasi. Aliogopa babake angeweza kupandwa na ghamidha na kumzaba makofi. Nguvu zilimtindika mwilini akawa chegele, kinywa kikamkauka akashindwa kusema chochote. Hata hivyo, kuwepo kwa mamake kulimtia moyo kiasi, kukamtuliza na kumliwaza. Mamake alimwangalia kwa macho ya huruma.

"Kemu..u..nto," mamake alikikatiza kimya. "Tumekwambia mara nyingi kuwa ngoma ya wana haikeshi. Babako ana sababu za kutawaliwa na hasira, lakini jawabu ni wewe. Lazima uepukane na mambo kama hayo ambayo sasa yanatisha kukumwagia chakula kutoka mdomoni. Fikiria zaidi kuhusu maisha yako ya usoni."

Osiemo alimaka. Alisimama amejishika kiuno.

"Mtoto huyu anahitaji adabu," alisema kwa sauti aliyoipima. "Siwezi kulala nje nikifanya kazi ili apate mahitaji halafu anaishia kunipaka tope hivi! Wallahi, watoto wa siku hizi hawajui watokako wala waendako, mbivu au mbichi…" Mara baada ya kusema hivi alielekea mlangoni na kutoka nje.

Mama mtu alimtuliza Kemunto baada ya babake kuondoka. Alimshauri zaidi. Hata hivyo, majuma hayo mawili aliyokaa nyumbani yalitesesha nafsi yake Kemunto. Mikwaruzano ya mawazo mbalimbali haikumsaidia kufikia jawabu lolote. Badala yake alijiona ameingia katika chemichemi ya maswali isiyopata majibu.

7

Majuto

Siku ya kurudi shuleni iliwadia. Wazazi wa Kemunto waliandamana naye kurudi shuleni. Ilikuwa mwisho wa mwezi na magari ya abiria yalikuwa yamejaa pomoni. Hata hivyo, walifika shuleni salama salimini. Kemunto alikuwa amejawa na soni. Hakutaka kumwona yeyote pale shuleni, hasa wanafunzi. Hata hivyo, alijikaza kwani alijua lisilobudi hutendwa.

Walimu waliwaeleza wazazi wa Kemunto mwana wao alivyopotoka zaidi ya kuwa na vipawa adimu. Waliwaeleza pia kuhusu Makena.

"Huyo mtoto wa kitajiri ndiye anayempotosha Kemunto. Ni lazima aachane naye kabisa ili afaulu katika maisha ya halafu," mwalimu mkuu alisema.

Babake Kemunto alipolisikia jina Makena, alianza kutafakari.

"Mbona jina hili si geni kwangu?" alijisaili kimoyomoyo. "Wallahi, majina hufanana. Pengine halina uhusiano na yule ninayemjua … Haiwezi kuwa mtoto wa mwajiri wangu ndiye anayempotosha mwana wangu! Lakini ikiwa hivyo, itakuwaje? Atamwoa? Akimwoa, itakuwa fahari kwangu? Nitapata kuhusiana na tajiri ambaye ni mwajiri wangu?"

Osiemo hakujua alikosomea mwanawe mwajiri wake. Hata hivyo, fikra na jina hilo ilimtatiza kwa muda.

"Lakini mwalimu, huyu kijana ambaye walitoroka na Kemunto anajulikana vizuri?" aliwauliza walimu sasa. "Kwao ni wapi? Wazazi wake ni akina nani? Tunafaa kuwajua ili kutatua tatizo hili."

"Mvulana anaitwa Makena," alieleza mwalimu mkuu. "Anasomea shule jirani ya Pilipili. Tulielezwa kuwa wazazi wake ni watu wenye uwezo."

Osiemo alipigwa na butwaa kusikia maelezo hayo. "Lakini, wanaishi wapi?" aliuliza.

"Bwanyenye," mwalimu mkuu alimjibu.

Jibu hili lilimfanya Osiemo kumwangalia mkewe. Kwa sadfa, Nyaboke alimwangalia mumewe kwa macho yenye maswali mengi.

"Mbona mnaonekana kushangaa?" naibu mwalimu mkuu aliwauliza baada ya sekunde chache za kimya. "Mnawajua wazazi wake ama vipi?"

"Hapana," Osiemo alijibu haraka huku akimtupia jicho mkewe. "Tunajaribu tu kufikiria kuhusu jina hilo kwa kuwa tunaishi karibu na Bwanyenye."

Baada ya kushauriana, walimu walikubaliana kuwa Kemunto alipaswa kuadhibiwa kwa kosa lake

"Bwanyenye," mwalimu mkuu alimjibu.

kisha kushauriwa barabara. Bi. Mshauri alipewa jukumu la kumshauri. Kemunto aliagizwa kukutana naye kila siku jioni.

Wakielekea nyumbani, wazazi wa Kemunto walijadiliana kuhusu Makena. Ilikuwa wazi mwana wao alikuwa na uhusiano na mwana wa mwajiri wake Osiemo.

Hili lilimtia Osiemo katika hali mchanganyiko. Si furaha si huzuni. Ilikuwa ni hali ambayo hata yeye hakuielewa. Kwa upande mmoja aliogopa hatua ambayo angechukua mwajiri wake. Kwa upande mwingine alifurahia uwezekano wa uhusiano mpya na mwajiri wake kupitia kwa mwana wake.

Nyaboke mawazo yalikuwa yamemvurugika. "Huyu Makena atampotosha Kemunto. Lazima tumshauri amwepuke kabisa," alisema huku yeye na mumewe wakitembea unyo unyo kuelekea kituo cha magari.

Osiemo hakumjibu. Alikuwa kapotea katika mchanganyo changamano wa fikra kuhusu Makena na Kemunto.

"Nimuulize mwajiri wangu kuhusu Makena ama nisimuulize?" Lilikuwa swali zito akilini mwake. Aliogopa kupigwa kalamu. Aliogopa matokeo yake. Aliogopa kupoteza faida alizokuwa akizipata pale kwa mwajiri wake. Zaidi, aliogopa kuanza kutafuta ujira mwingine, huku akikumbuka jinsi familia yake ilivyoteseka alipokuwa akitafuta kazi hapo awali.

Baada ya kuongeza na kutoa, aliamua kuacha hali kujitanzua yenyewe.

Kwa Makena, wiki mbili alizokaa nyumbani hazikumtosha. Alitaka kubugia zaidi. Familia yake ilikuwa ikiishi katika mtaa wa Bwanyenye. Walikuwa ni watu na hali zao. Kila walipoondoka kuelekea kazini, Makena alibaki akijipumbaza kwa muziki na video siku nzima. Alipochoka, aliliendesha gari lake muundo wa *Toyota Starlet* hadi mjini na kuingia katika ukumbi wa sinema. Potelea mbali! Mwalimu mkuu akionelea anifukuze kabisa, na iwe." Hakuna ambacho elimu ingemletea ambacho hakuwa nacho.

Siku moja, Makena alijaribu kwenda kumtafuta Kemunto ili kumpa pole kwa yaliyotokea walipokwenda safari ya usiku. Aliendesha gari mpaka karibu na mtaa wa Jilalie. Aliliegesha kando ya uchochoro na kutembea mtaani kwa muda, lakini hakumwona Kemunto. Alirudi garini akiwa amefadhaika.

"Mbona sikumuuliza Kemunto anionyeshe kwao?" alijiuliza. Mfululizo na mrundiko wa maswali ulimjaa akilini bila kukatika au kuondoka. Baadaye, aliondoka pale akijihisi mzito na kuliendesha gari mwendo wa kobe kurudi Bwanyenye, mwendo uliokuwa kinyume na kawaida yake.

Baada ya balaa ile ya safari ya usiku, maisha shuleni yalimwia magumu Kemunto. Wakati mwingi alijikuta ametumbukia katika bahari ya mawazo ambamo alishindwa kuogelea.

"Mbona hujanieleza kioja kilichosababisha utumwe nyumbani?" Sibia alimsaili Kemunto siku moja tu baada ya kurudi shuleni.

"Ilikuwa bahati mbaya," Kemunto alijibu kwa haraka. "Lakini najuta kitendo cha usiku ule."

"Kwani kulitokea nini?" Sibia aliuliza huku akimtuliza Kemunto kwa kumpapasa kisogo. "Hebu nieleze kinagaubaga."

Kemunto alinyamaza kwa sekunde chache. Kisha alimkumbatia rafikiye wa chanda na pete na kumfunulia kifua. Alimsimulia na kumwagia yote kuhusu ile safari ya usiku.

"Pole," Sibia alimwambia Kemunto akimfuta machozi yaliyokuwa yakianza kumtiririka mashavuni.

"Nishapoa. Yaliyopita si ndwele, tugange yajayo," Kemunto alijibu kwa sauti iliyokuwa ikikatikakatika.

"Ulipofukuzwa, wengine walijawa furaha mpwitompwito. Baadhi yao niliwaona wakikukumbatia na kukupa pole. Wanafiki wakubwa!" Sibia alisema akionyesha hasira.

"Usifadhaishwe na kidudu-mtu yeyote," Kemunto alisema akijikakamua. "Ndivyo walivyo walimwengu. Wanaokutakia mema ni wachache."

Kengele ya chajio ilipasua kimya kilichokuwepo. Kemunto na Sibia waliandamana unyo unyo hadi chumba cha maakuli. Ingawa Kemunto alikosa hamu ya chakula tangu arudi baada ya kufukuzwa, Sibia alimhimiza ale.

Hali iliendelea kumwia ngumu Kemunto kipindi kilichosalia cha muhula. Ingawa alijijarisha, athari za safari ile ya usiku yenye mkasa zilimwandama. Licha ya baadhi ya wanafunzi kumsema, alihisi kuwa imani ya walimu kwake ilikuwa imefifia. Walikuwa wameacha kummiminia sifa, na hawakumchagua tena kuiwakilisha shule katika mashindano.

*** *** ***

Siku ya Makena kurudi shuleni ilifika. Makena hakutaka hata kuamka. Alipolazimishwa na babake aliamka shingo upande. Walifululiza hadi shuleni katika *Benz* jeusi. Babake alikuwa sahibu ya mwalimu mkuu. Kwa sababu ya sifa zake, mwalimu mkuu pia alimheshimu na kumwogopa kiasi. Haikuwa ajabu kuwa baada ya mazungumzo ya dakika thelathini, mwalimu mkuu alimkubalia Makena kurudi darasani bila masharti ama adhabu.

8

Mkasa...Na Matumaini

Baada ya mtihani wa mwisho wa mwaka, ulikuwa ni wakati wa kwenda nyumbani. Kemunto alifunganya virago vyake bwenini akiwa amelemazwa na fikra nyingi. Hakuweza kukisia yaliyomngoja nyumbani. Mchanganyiko wa majuto na aibu ulimfanya kuogopa kuwakabili wazazi wake.

Makena naye alimaliza mtihani wake ingawa hakuwa anajali sana matokeo. Alikuwa amemwandikia Kemunto barua wakutane baada ya mtihani ili waweze kwenda *disko*, lakini Kemunto alikuwa ameogopa. Sasa wazo kuu akilini mwake Makena lilikuwa wapi angeenda kwa starehe, jambo alilozoea kila siku ya kufungwa shule.

Asubuhi ilipofika, Kemunto alibeba virago vyake na kuondoka shuleni akiwa bado katika mawazo yake mazito. Kituoni, alipanda gari la kuelekea kwao. Hakutaka kukutana tena na Makena.

Basi lilikaza mwendo kuelekea Jilalie. Muda si muda Kemunto alikuwa amelala usingizi wa pono kwa kutolala usiku uliotangulia.

Ghafla, mawingu yaliyokuwa yamejikusanya asubuhi hiyo yalipasuka. Mvua kubwa ilianza kunyesha, lakini dereva wa basi alishikilia mwendo uleule. Basi lilipofika eneo lililojulikana kama *Konambaya* lilianza kuyumbayumba. Wasafiri walianza kupiga bismilahi, wakilia, "Mungu tusaidie! Mungu tusaidie! Tunaangamia!"

Dereva alijaribu kulidhibiti gari, akashindwa. Lilipoteza mwelekeo na kuishia kubingirika. Abiria kadhaa, akiwemo Kemunto, walipata majeraha mabaya.

Wasamaria wema waliopita hapo waliwasaidia kuwapeleka majeruhi hospitalini. Kwa kuwa walikuwa wakivuja damu, ombi lilitolewa kwa watu kujitolea kutoa damu ili kuokoa maisha yao.

Wazazi wa Kemunto walipopata habari, walifika hospitalini kwa haraka kumjulia mwana wao hali. Walikuwa tayari kumtolea damu ili kumwokoa, lakini waliambiwa kuwa kwanza yake Kemunto ingepimwa ijulikane ni aina na kiasi gani kilihitajika.

Daktari alifika na damu ya Kemunto katika maabara. Alipoifanyia uchunguzi, alipigwa na butwaa alipogundua kuwa ilikuwa na virusi vya *Ukimwi*. Ili kuwa na uhakika, aliifanyia uchunguzi maradufu. Matokeo yote yakaonyesha vile vile, kuwa Kemunto alikuwa ameambukizwa virusi vya *ukimwi* miezi kadhaa iliyotangulia.

Daktari aliwaita wazazi wake msichana huyu katika ofisi yake.

...walifika hospitalini kwa haraka kumjulia mwana wao hali.

"Nimeichunguza damu ya Kemunto," alianza kuwaeleza kwa sauti aliyoipima. "Inaonekana itabidi tumsaidie zaidi hata baada ya kumwongezea damu …"

"Kwani kuna nini tena, daktari? Tuko tayari kumtolea damu kiasi chochote kile," alidakia Nyaboke.

"Tueleze kinachohitajika na tutakitekeleza kadri ya uwezo wetu," Osiemo naye alisema.

"Nimemaliza uchunguzi wa damu yake. Nimefahamu aina ya damu anayohitaji, lakini kuna tatizo lingine," alieleza daktari.

"Lipi hilo, daktari? Sisi ni watu wazima, tena wazazi wa mtoto. Tueleze ili tuweze kumsaidia," Osiemo alisema.

"Nimegundua kuwa damu yake ina virusi vya *Ukimwi*," alieleza daktari, polepole na kwa makini.

"*Ukimwi*?" Nyaboke aliuliza kwa mshangao.

"Inawezekanaje?" Osiemo naye alimaka kwa mastaajabu.

"Yamkini Kemunto aliambukizwa virusi hivyo miezi kadhaa iliyopita," Daktari alieleza. "Kawaida havionyeshi kwenye damu hadi miezi sita baada ya kuambukizwa."

"Mungu wangu! Hii ina maana kuwa maisha ya mtoto wangu sasa yamekatika!" Nyaboke alisema akibubujikwa na machozi tiriri.

Kwa muda, Osiemo alionekana mtu aliyechanganyikiwa. Misuli ya mwili ilionyesha kutetemeka. Hakusema lolote kwa kitambo kirefu.

Nyaboke naye alikuwa anatikisa kichwa tu. Mara, alipiga usiyahi, akitembea huku na kule mfano wa mwele aliyeachwa huru na kupandwa na mzuka.

"Hebu nisikilizeni," daktari alikata kimya kilichokuwepo punde tu walipotulia na kuketi tena. "Hali ya Kemunto si lolote si chochote. Ondoeni fikra potofu mlizonazo."

"Unasema nini daktari? Umesema Kemunto ana virusi vya *ukimwi*. Tena nini?" Aliuliza Nyaboke kwa sauti ya kutetemeka.

"Ndio, lakini virusi vya *ukimwi* sio kifo. Ni hali tu ambayo inaweza kudhibitiwa," daktari alieleza.

"Hatima ya virusi vya *ukimwi* ni kifo. Kwani kuna lingine?" Nyaboke aliuliza akiwa amekishikilia kichwa chake. Ni kama kilikuwa kimemwia kizito.

"Sivyo. Hilo ni wazo potovu," alieleza daktari. "Kemunto anafaa kushauriwa jinsi ya kuishi maisha haya mapya. Pia, atafahamishwa kuhusu chakula cha kutumia ili kutunza afya yake, na mambo mengine."

"Hiyo ina maana anaweza kuendelea na masomo?" Nyaboke aliuliza.

"Ndio, maisha yake yataendelea kama kawaida. Atasoma na kuendelea hadi chuo kikuu akiweza. Lakini anafaa kupata ushauri."

"Hiyo ni kweli daktari?" Osiemo aliuliza.

"Ukweli mtupu. Kuna watu wengi, vijana kwa wazee, ambao wameishi na virusi hivyo kwa muda mrefu. Hata zaidi ya miaka ishirini. Muhimu ni kujua jinsi ya kuishi navyo."

"Maelezo yako yanaleta matumaini," alisema Osiemo, uso wake ukionyesha kupungua kwa butwaa. "Binafsi ninawajua watu kadhaa ambao wana virusi hivyo, hata wenye vyeo na wanaoheshimiwa katika jamii."

"Kila mtu anafaa kutahadhari kabla ya athari," daktari alisema. "Vijana hasa wanatakiwa kutahadhari kuepuka kufikwa na hali hii. Lakini ikitokea imetokea, na suluhisho ni kutafuta jinsi ya kuishi nayo."

"Ninakubaliana nawe, daktari," Nyaboke alisema. "Hatutamlaumu Kemunto badala yake tutamfanyia utakavyotushauri."

"Naomba twende mkatoe damu tujaribu kumregeshea afya bora kwa sasa. Mengine tutazungumza baada ya hilo," alieleza daktari akisimama kuondoka.

Wazazi wake Kemunto nao walisimama na kumfuata daktari. Walitembea guu bandika guu bandua hadi kwenye maabara. Walitoa damu ilivyohitajika.

Kwa sasa Kemunto alikuwa hajui kulikoni. Alilala pale kitandani hajijui hajitambui akiuguza majeraha.

"Je, Kemunto atajulishwa kuhusu hali yake lini?" Nyaboke alimwuuliza daktari.

"Atakapopata nafuu," daktari alijibu akiunganisha vifaa vya kupitisha damu iliyotolewa iingie mishipani mwake Kemunto. "Lakini, itabidi aletwe kwa huduma za ushauri katika kituo chetu cha VCT. Kuna washauri wanaofanya kazi hiyo kwa waathiriwa wote bila malipo. Atapimwa kiasi cha ambukizo lake na kuelezwa yote anayohitaji ili kuyaishi maisha yenye manufaa licha ya hali yake." "Umuhimu wa kupimwa na kushauriwa ni upi?" Mamake Kemunto aliuliza.

"Ili kujipangia maisha ya baadaye," Daktari alijibu. "Mtu anapopata virusi vya Ukimwi huhitajika kujua jinsi ya kuishi bila kujihatarisha kwa maambukizi zaidi. Wanaopimwa na kupatikana hawana virusi hushauriwa jinsi ya kujikinga dhidi ya kuvipata."

Kemunto alikaa hospitalini majuma mawili. Alipopata nafuu kiasi, wazazi walimchukua na kumpeleka kituo cha VCT humohumo hospitalini. Kule alipewa ushauri kuhusu jinsi ya kuishi maisha yake mapya na chakula cha kuhifadhi afya yake. Aliporuhusiwa kurudi nyumbani baada ya kupona majeraha alipata ushauri zaidi kutoka kwa wazazi wake. Akaamua kutoshiriki yasiyofaa tena, na kuapa kuufungua ukurasa mpya wa kuwajibika kwa maisha yake.

SHEREHE

Amebobea	-	Kuwa shupavu, mahiri
Ambulia patupu	-	Zilishindwa
Balagha	-	Maswali yasiyo na majibu
Boronga	-	Kuharibu jambo, hali
Buda	-	Baba mzazi (Sheng)
Chezea shere	-	Danganya, hadaa
Chamcha	-	Chakula cha mchana
Changamano	-	Kisicho rahisi kueleweka
Fazaa	-	Wasiwasi, hofu, hangaiko,
Ghamidha	-	Hasira nyingi
Hatima	-	Matokeo, mwisho
Jazba	-	Hisia a taathira ya mawazo inayomfanya mtu kujisahau mawazo yake.
Jikusuru	-	Fanikiwa kwa shida au ugumu
Jikalifu	-	Sumbua au taabisha
Kadhia	-	Jambo linalotendwa, linalojiri
Kejeli	-	Sema maneno ya dharau

Kimbaumbau	-	Mtu mwembamba
Kuduruduru	-	Kwenda huku na kule.
Kujitanzua	-	Jitoa kwa shida.
Kukurupuka	-	Kuondoka mahali ghafla bila mpango, bumburuka
Lilisitadi	-	Waka sana.
Maradufu	-	Mara mbili.
Mbumbumbu	-	Mpumbavu.
Misono	-	Mikorono anayotoa mtu anapokuwa usingizini.
Milizamu ya machozi	-	Machozi kuchuruzika kama mfereji.
Mrututu	-	Dawa kali ya kusafishia kidonda.
Nywinywila	-	Pasha habari kisirisiri
Pambajio	-	Mahali pa kungojea zamu kama vile kuonana na daktari.
Piga kidi moyo	-	Kujikaza
Sadfa	-	Mambo mawili kutokea kwa pamoja bila kupangwa.
Saili	-	Uliza swali, hoji, taka kujua.

Simama tisti ja boriti	-	Bila kuyumbayumba wala kutikisika, imara
Tafakuri	-	Fikira nzito juu ya jambo fulani
Tathmini	-	Angalia na kukadiria kitu kwa undani.
Tembea mzofafa	-	Tembea kwa maringo ama majivuno, madaha
Tonesha kidonda	-	Gusa mahali penye kidonda na kuleta maumivu, kumbusha mtu kitu au tukio lenye uchungu kwake.
Tweta	-	Vuta pumzi kwa shida
Ukimwi	-	Ukosefu wa kinga mwilini.
Usia	-	Maagizo ya mtu kwa watu wake anayotaka yatimizwe, ushauri.
Usiyahi	-	Ukelele mkali
VCT	-	Kituo cha kutoa ushauri na nasaha kuhusu Ukimwi.
Wasee	-	Vijana hasa wa kiume.
Ziraili	-	Shetani, kitoa roho.

www.ingramcontent.com/pod-product-compliance
Lightning Source LLC
LaVergne TN
LVHW041613070526
838199LV00052B/3119